பொம்மக்கா

பொம்மக்கா

கௌதம சித்தார்த்தன்

எதிர்
வெளியீடு

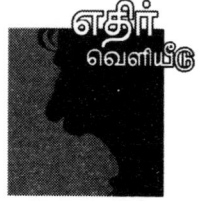

பொம்மக்கா
கௌதம சித்தார்த்தன்

முதல் பதிப்பு: டிசம்பர் 2014
எதிர்வெளியீடு, 96, நியூ ஸ்கீம் ரோடு, பொள்ளாச்சி - 642002.
தொலைபேசி: 04259   226012, 98650 05084.
வடிவமைப்பு: ரவிந்திரன்

விலை: ₹ 140

Bommakka
Gouthama Siddarthan

First Edition: December 2014
All rights reserved.
Published by Ethir Veliyedu, 96, New Scheme Road. Pollachi - 2.
Phone: 04259 - 226012, 98650 05084.
Email: ethirveliyedu@gmail.com
www.ethirveliyedu.in
Layout: Ravindran

Price: ₹ 140

All rights reserved. No part of this book may be reprinted or reproduced or utilised in any form or by any electronic, mechanical or other means, now known or hereafter invented, including photocoping and recording, or in any information storage or retrieval system, without permission in writing from the Publisher.

கௌதம சித்தார்த்தன்

தமிழ் மொழியின் இன்றைய தேவை அரசியல் மொழி என்று சொல்லும் கௌதம சித்தார்த்தன் முதன்மையான இலக்கிய எழுத்தாளர் மற்றும் மூன்றாம் உலகம் சார்ந்த மாற்றுப் பார்வை கொண்ட பத்திரிகையாளர். கடந்த 20 வருடங்களாக நவீனத்தமிழ் இலக்கிய தளத்தில் கதை,கட்டுரை போன்ற தளங்களில் செயல்பட்டுக் கொண்டிருப்பவர். 1990 களில் நவீனத்துவம் மறைந்து பின்நவீனத்துவப் படைப்புகள் உலகளவில் பரபரப்பாகச் செயல்பட்ட தருணத்தில், தமிழ் மொழியின் ஆன்மாவுக்கேற்ற விதமாக பின்நவீனத்துவ எழுத்தை தமிழின் வேர்களைத் தேடும் விதமாக மாற்றி, தமிழ்ச்சிறுகதை தளத்தில் புதுவகை எழுத்து என்னும் ஒருசிந்தனைப் போக்கை உருவாக்கியவர். உன்னதம் என்னும் இதழை துவக்கத்தில் இலக்கிய இதழாக வெளியிட்டு மெல்லமெல்ல சர்வதேச அரசியல் இதழாக மாற்றி நடத்தியவர். (தற்போது இதழ் நின்றுவிட்டது) பலவருடங்களாக இலக்கியச் செயல்பாடுகளிலிருந்து விலகியிருந்த இவர் தற்போது மீண்டும் தீவிரமாக செயல்பட ஆரம்பித்திருக்கிறார்.

உள்ளடக்கம்:

பொம்மக்கா 09

ஒண்டி முனியப்பன் 37

பாட்டப்பன் 62

பெருமாயி 82

அஞ்சாங்கரம் 105

64 பொட்டுச்சாமி கதை 123

கொட்டாப்புடி சாமி 134

எட்டாங்கல் 143

பொம்மக்கா

பச்சை மண் வாசம் அடித்தது. தூரத்தில் எங்கோ மழை பெய்துகொண்டிருக்கும் போல. வானம் முட்டாக்குப் போட்டது போல வெளிச்சம் மங்கி விசுவிசென்று சாரக் காத்து விசும்பியது. “இன்னிக்கு மழை பேஞ்சா நல்லது” என்றாள் திம்முப் பாட்டி.

அக்காவுக்குக் குழந்தை பிறந்திருந்தது. ஏழாம் நாள் தண்ணியூத்தும் ‘பிள்ளைத் தேவம்’ என்ற சடங்கு வைத்திருந்தார்கள். சாங்கியம் செய்ய வந்திருந்த தாசரி, சாப்பிடாமல் ஒருசந்தி இருந்ததில், பசி வயிற்றைக் கவ்விக் கொண்டிருக்கும் போல, வெரசலாகக் காரியங்களை முடுக்கிக் கொண்டிருந்தார்.

நான் கொண்டு வந்து கொடுத்த பசுங்கோமியத்தை, வீட்டுக்குள்ளும், அக்காவும் குழந்தையும் படுத்திருந்த திண்ணையிலும் தெளித்து விட்டு வந்த தாசரி, கம்மஞ்சக்கை வேண்டுமென்றார்.

இப்பொழுதெல்லாம் கம்மம் பயிர் அருகிக்கொண்டு வருவதால், ஒரு வாரத்துக்கு முன்பே தேடிப் பிடித்துக் கொண்டு வந்து வைத்திருந்தாள் அம்மா. அதை வாங்கிக் கொண்டு பொங்கச் சோற்றை உருண்டைகளாகப் பிசைந்தார். நுரை ததும்பிக் கொண்டிருந்த பால் சொம்பில், கம்மஞ் சக்கையை நனைத்து நனைத்து, அக்காவும் குழந்தையும்

படுத்திருந்த கட்டிலுக்கு அருகில் மூன்று கோடுகள் இழுத்தார். சிமெண்ட் தரையில் இழைந்து அந்தப் பால்கோடுகள் பளிச்சென்று தெரிந்தன. கோடுகளின் இடைவெளியில் சோற்று உருண்டைகளை எடுத்து வைத்தார்.

திண்ணையில் கோடிட்டிருந்த அழகையும், சோற்று உருண்டைகளையும் எண்ணிக் கொண்டிருந்தேன். அப்பொழுது, திண்ணையில் மறைப்புக் கட்டியிருந்த தென்னந்தடுக்கின் மீது பட்டென்று ஒரு கல் வந்து விழுந்தது. நான் விலுக்கிட்டு நிற்க, "உங்கப்பம் புத்தியும் உட்டு, உங்கம்மா புத்தியும் உட்டு, எம்புத்தியே புடிச்சிக்கோ..." என்று சொல்லும் குரல் கேட்டது, அவசரமாக வெளிக்கடையில் போய்ப் பார்த்தேன்.

தலையில் வல்லவட்டுக் கட்டுடன், சரிகை வேட்டியும் சட்டையும் அணிந்து ஆம்பளைபோல வேசங்கட்டிக் கொண்டு நின்றிருந்தாள் ஒரு சிறுமி. மறுபடியும் அதே சொல்லைச் சொல்லிக் கொண்டே கல்லை வீசியவள், மூன்று முறை செய்து விட்டு ஓடிப் போய்விட்டாள்.

எனக்கு அந்தச் சிறுமியின் வேசமும், செய்கையும் மிகவும் பிடித்துப் போனது. அது பற்றி அக்காவிடம் பேச்சுக் கொடுத்து விசாரித்தேன், பாட்டியிருந்த பக்கம் சைகை காட்டி அனுப்பி விட்டாள்.

இடித்துக் கொண்டிருந்த வெத்திலையை எடுத்து வாயில் அதக்கிக் கொண்டு காலை நீட்டித் தூண்மீது சாய்ந்து உட்கார்ந்தாள் பாட்டி. "இதெல்லா இந்தக் காலத்திலே யார் கேக்கறாங்க... ம்..நீயாவது கேக்கறியே ராசா..." என்று பெருமூச்சு விட்டாள். அருகில் உட்கார்ந்து என் மேலை வாஞ்சையாக நீவியவள், "யாரு வந்து கல்லு போட்டதுன்னு தெரியுமா...?" என்று கண்களை இடுக்கிக் கொண்டு பார்த்தாள். அவளது கண்களில் இருந்து சுருக்கம் மெல்ல மெல்ல மறைந்து கொண்டே இருந்தது.

குதிரைவாலிக் கருதுகள் தலை சுழித்தாடிக் கொண்டிருந்தன. ஏத்தல் இறைத்துக் கொண்டிருந்தாள் பொம்மக்கா. தொலை மேட்டிலிருந்து சரிவாக இறங்கும் வாரியில் கவலை மாடுகளை ஓட்டி, ஓட்டத்தின் போக்கில் டக்கென வடக்கயிற்றில் ஏறி உட்கார்ந்து கொள்ளும் வாகில் உருளைகள் கீறிச்சிட்டன.

பறி மேலே வந்து தண்ணியைக் கொட்டும்போது கை வாய்க்காலில் பாய்ந்தோடும் அலையடிப்பு, மடைமாறிக் கொண்டிருந்த அவளது மகனைச் சுதாரிக்க வைத்தது. அம்மா ஏத்தல் ஓட்டும் அழகில் ஆழ்ந்து போய் மம்முட்டியை வீசிக் கொண்டிருந்தான்.

பறி கிணற்றுக்குள் இறங்கும்போது வால்கயிற்றைச் சுண்ட, ஏத்தல் வண்டி நின்று கிறீச்சிட்டது. மாடுகள் மெதுவாகப் பின்னோக்கி வந்தன. வெறுமையாய் இருந்த பக்கத்து வாரியில் அவளது கண்கள் அளைந்தன. மலைமாட்டுக்கு சீக்கு வராதிருந்திருந்தால், இன்னொரு ஏத்தல் பூட்டியிருக்கலாம். பழைய சோத்து நேரத்துக்கெல்லாம் வயல் முழுக்கத் தண்ணி பாஞ்சிருக்கும். மாட்டை மாத்திட்டு வர பண்ணாடியும் ஆள்காரனும் மாட்டுச் சந்தைக்குப் போயிருக்கிறார்கள். இனி பொழுதைத் தலையில் போட்டுத்தான் வருவார்கள்.

அவருக்குப் பாதிப்பொழுது இப்படியும், ஞாயத்திலும் சீர்சிறப்பிலும் கழிந்து விடுவதால், பண்ணையத்தைக் கருத்தாகக் கவனித்துக் கொள்பவள் பொம்மக்காதான். இத்தனைக்கும் அவள் காடுகரைகளின் நிழலில்கூட ஒதுங்கியவளில்லை.

அவளது அய்யா ஊர் ஊருக்கும் பஞ்ச பாண்டவர் கதை சொல்கிறவர். “பள்ளையா கதையென்றால் கொல்லையா இருக்கும் கூட்டம்” அவரது கை சப்ளாக்கட்டைகளை அடிக்கும் இசைச் சுதியில் அந்த ஊரும் கோயில் மண்டபமும் குமிந்திருக்கும் கூட்டமும் மறைந்து மறைந்து, அத்தினாபுரத்தின் மாட மாளிகைகளும் கூட கோபுரங்களும் நெட்டாப்பாய் எழுந்து நிற்கும். கதைத் தளத்துக்கே கையைப் பிடித்துக் கூட்டிச் செல்லும் அவரது கதை சொல்கிற நேர்த்தியில், ஏற்ற இறக்கங்களோடு குரலெடுத்துச் சொல்லும்போது, பாண்டவமாரும் துரியோதனமாரும் கண் முன்னால் குதியாளம் போடுவார்கள். அதன் விறுவிறுப்புக் குறையாமல் கதை நடத்திச் செல்லும் வித்தையில், சனங்கள் சொக்கிப்போய் நிற்பார்கள்.

அய்யா கதை சொல்லப் போகும்போதெல்லாம், பொம்மக்காவும் கூடக் கிளம்பிவிடுவாள். அம்மா எவ்வளவோ தடுத்தும் கேட்காமல், அய்யாவின் தோளில் ஏறிக்கொண்டு புதுப்புது ஊர்களின் அழகையும், செம்மண் குடுசுகளின்

நெகு நெகுப்பையும், பசேலெனச் சிரிக்கும் வெள்ளாமைக் காடுகளையும், பண்டச் சந்தையில் பரப்பி வைத்திருக்கும் பண்டங்களையும், வில்வண்டி மாடுகளின் கழுத்தில் ஒயிலாய் ஒலிக்கும் சலங்கைச் சத்தத்தையும் ஆசை தீரப் பார்த்துக் கொண்டே போவாள்.

இரவு கோயில் மண்டபத்தில் உட்கார்ந்து அய்யா கதை சொல்ல ஆரம்பித்தால் விடிய விடியத் தூங்காமல் கதைக்குள் புகுந்து அரண்மனையிலும், அரச சபையிலும், காடு மலை வனாந்திரமெங்கும் சுற்றிக் கொண்டிருப்பாள். அவளது கால் தடம், ஆதிபருவத்திலிருந்து சொர்க்கலோகபருவம் வரை பதிந்தெழுந்தபோது, கதைச் சொல் அவளுக்குள் கம்மங் கருதுகளைப் போலப் பூட்டை வாங்கியிருந்தது.

ஒரே வேகமாகக் கதை சொல்லிக் கொண்டு வரும் அய்யா, ஒரு சில இடங்களில் தடுமாறும்போது, கதையின் நூலை எடுத்துக் கொடுப்பாள் பொம்மக்கா. அவளை வாஞ்சையுடன் நீவிவிடும் போக்கில், சப்ளாக்கட்டைகள் மெய்மறந்து அடிக்கும்.

அவர் தலையில் நரை ஏற ஏற கதை சொல்வதில் இளைப்பு வாங்கியது. அந்தப் பொழுதுகளில் அவருக்குக் கொஞ்சம் ஓய்வு கொடுத்து அவ்வப்போது கதை சொல்ல ஆரம்பித்தவள், கொஞ்சம் கொஞ்சமாக அவரது சப்பளாக் கட்டைகளையும் வாங்கிக் கொண்டாள்.

“நீ ஊர் சுத்தறது போதாதுன்னு வயசுக்கு வந்த ஒரு கொமுறிய ஊர் ஊராப் போயி கதை சொல்ல வெக்கறியே.. வெக்கமாயில்லே... அவளை யாரு வந்து இனிமே கண்ணாலங் கட்டுவா...” என்று கடுங்கோபத்துடன் கத்தினாள் அம்மா. அவள் ஆரியம் அரைத்துக் கொண்டிருந்த கல்லிலிருந்து விசையுடன் சிதறியது ஆரிய மாவு.

“தேய், கதை சொல்றதுங்கறது தெய்வ வாக்குக்குச் சமானம்... அது அவளுக்கு வாய்ச்சிருக்கு. அது எவ்வளவு பெரிய காரியம்... கதை கேக்கறவங்களுக்கு மோச்சம் கெடைக்கற தெய்வக் காரியத்தைத்தானே எம்பொண்ணு பண்றா... அதை நெனச்சி பெருமைப்படுவியா... தாம்தூம்னு குதிச்சிட்டு...”

“சாமீ...மல்லக்கா... இதுக்கொரு நல்ல புத்தியைத் தர மாட் டியா...” என்று வேண்டிக் கொண்டே கைமாற்றிப் போட்டாள்

அம்மா. ஆரியக்கல் வெடுக்வெடுக்கென்று சுற்ற ஆரம்பித்தது.

அவள் கதை சொல்லும் விதமே புதுமையாக இருந்தது. பாண்டவமாரைப் பற்றிச் சொல்லும்போது எவ்வளவு கருத்தாகக் குரலெடுத்துச் சொல்கிறாளோ, அதே பாவனையிலேயே துரியோதனமாரைப் பற்றியும் சொல்லுவாள். அபிமன்னனைக் கொல்லும் காட்சியில் எந்த உணர்ச்சி வேகத்தில் சப்ளாக் கட்டைகள் சத்தம் போடுமோ, அந்தச் சுதி சற்றும் மாறாமல் பீமசேனன் துரியோதனனின் தொடையைப் பிளக்கும் காட்சியிலும் ஒலிக்கும்.

காலங்காலமாய் கேட்டு வந்த கதையை, மந்திரக்காரக் கிட்ணனும், தந்திரக்காரச் சகுனியும் விளையாடும் பதினெட்டாங் கரமென மண்டையை நோண்டுகிற மாதிரி வேறு விதமான பார்வையில் சொல்லவே, நிலை குலைந்து போனார்கள் சனங்கள். கதையின் ஒத்தையடிப் பாதையிலேயே பயணம் போவதை விடுத்துப் பல்வேறு வழித்தடங்களைப் போட்டுக் கொடுத்தபோது, பாண்டவ துரியோதனர்களின் மனசுக்குள் பயணம் போக ஆரம்பித்தார்கள். அந்தச் சொல்லோட்டம் மங்காமல், சுழட்டிப் போட்ட உழவில் விதைப்பண்டமாய் முளை விட்டிருக்கும் சனங்களின் மனசு.

அம்புப் படுக்கையில் படுத்திருக்கும் பீஷ்மர், வாழ்க்கையின் தரும ஞாயங்களுக்கான விடைகளைச் சொல்லும்போது, கைகொட்டிச் சிரிக்கிறாள் பாஞ்சாலி. “ஒரு தீட்டான பொம்பளையை சபை நடுவே துகிலுரியறபோது கைகட்டிட்டு இருந்தவரா தரும ஞாயங்களுக்கான விடையைச் சொல்றது...” என்ற சொல்லை நைசாகக் கதையில் சொருகுகிறாள் பொம்மக்கா. பெண்டுகள் ஆரவாரத்துடன் சிரிக்க, அதுவரை சொல்லி வந்த அறத்துக்கும் அதிகாரத்துக்குமான பார்வையைத் தலைகீழாய்ப் புரட்டிப் போடுகிறாள்.

‘எந்தளவுக்கு வில் வளைந்து கொடுக்குதோ, அந்தளவுக்கு விசை வெகுதூரம் பாயும்’ என்று புதிர் போடுகிறாள். அர்ச்சுனனுக்காகக் காட்டு வேடனிடம் கட்டை விரலைக் குருதட்சணையாக வாங்கிய ‘ஞாயம்’, போர்க்களத்தில் விதியின் விளையாட்டென அர்ச்சுனன் கட்டைவிரல் சுண்டும் குருதட்சணையில் தீர்கிறது.

அவளது கதைச்சொல் முப்பத்திரண்டு ஊர்களையும் தாண்டி பக்கத்து நாடுகளில் ஒலிக்க ஆரம்பித்தது. கதை

கேட்க வண்டி கட்டிக் கொண்டு, பல நாடுகளிலிருந்தும் சனங்கள் வர ஆரம்பித்தார்கள். அவளது கதைகளும் கதை யோடு கதையாக உள்குத்தாக வைக்கும் அவளது புதிர்களும் காடுகரைகளில் மேய்ச்சல் நிலங்களில், பண்டச் சந்தைகளில் செலையோடியது.

விசத்தடாகத்தில் தண்ணீர் குடிக்க வரும் தருமனிடம் யமதர்மன் கேட்கும் கேள்விகளுக்குள், தீராத ஊர் ஞாயங்களைப் புதிராக வைக்கிறாள். அந்தப் புதிர் விடுவிக்கும் போது பட்டக்காரர்களின் கட்டில்களில் ஒட்டறை அடைகிறது.

"அம்மிணி... இந்த மாதிரியெல்லாம் இட்டுக்கட்டிக் கதை சொல்றது தெய்வக் குத்தமில்லையா...?" என்று பதட்டத்துடன் இடையில் புகுந்தார் அய்யா.

"அய்யா... கதைங்கறதே சூதுவாதுகளை எடுத்துச் சொல்லி சனங்களை நல்வழிப்படுத்தறதுக்கான சொல்லுதானய்யா.." என்று சிரித்தாள்.

கலியன் பொறந்துட்டான் என்று பொத்தாம் பொதுவாகச் சொல்றதை விட்டு 'கலியன்'ங்கற உருவத்தைச் சனங்களுக்குச் சுட்டிக் காட்ட வேண்டியது நம்முடைய பொறுப்பில்லையா? என்று கேட்டாள்.

காலங்காலமாய் தன்போலக் கதைசொல்லிகள் தங்களது சொந்தப் பண்டத்தையும் கொஞ்சம் சேர்த்துக் கொள்கிறார்கள். 'கிட்ண உபதேசத்தை' எடுத்துக் கொண்டால், போர்க் களத்தில், ஆள் அம்புடன் அக்குரோணிச் சேனைகள் நின்றிருக்கின்றன. அப்போது பார்த்து, 'போர் வேண்டாம்' என அர்ச்சுனன் மறுக்க, மாயக் கிட்ணன் அவனுக்கு உபதேசம் செய்கிறானே... அதைக் குனுப்பமாகப் பாருங்கள்.

கண்ணிமைப் பொழுதுக்குள் போர் மூளும் பதட்டமான அந்தச் சூழ்நிலையில், பல பொழுதுகள் அர்ச்சுனனுக்கு உபதேசம் செய்கிறான் கிட்ணன். அதெப்படி முடியும்? அதுதான் கதை சொல்லியின் விளையாட்டு. அங்குள்ள போர்வீரர்களுக்குக் கண்சிமிட்டும் காலம், கிட்ணனுக்கும், அர்ச்சுனனுக்கும் மட்டும் பல பொழுதுகளாக மாறுகிறது. அந்தக் கால விளையாட்டை முன்வைத்து சனங்களுக்குத் தரும ஞாயங்களை உபதேசிக்கிறான் கதைசொல்லி... என்று சொல்லச் சொல்ல வாயடைத்துப் போய் நிற்கிறார் அய்யா.

ஒரு சில ஊர்களில் ‘ராம லச்சுமணங்கதை’ சொல்லச் சொல்லும் போது, அவளது கதையோட்டம் மடையுடைந்த வெள்ளமாய்ப் பொங்கிப் பிரவாகமெடுக்கும்; ராம லச்சுமணங்கதையை ‘சீத்தாதேவி கதை’ என்றுதான் சொல்வாள் அவள். தங்களுடைய சாதி வழமொறையில் உள்ள கற்பு நிலைக்கும், சீத்தாதேவியின் கற்பு நிலைக்கும் உள்ள உறவை எண்ணி மருகுவாள்.

வேறு சாதிக்காரர்களோடு புழங்கிய பெண்களை ‘சாதி விலக்கம்’ செய்து விடுவார்கள் தங்களது சாதிக்காரர்கள். ஆண்களை மன்னித்து சாணித் தொட்டியில் முங்கி சடங்கு செய்து எடுத்துக் கொள்வார்கள். பெண்களுக்கு மன்னிப்பு இல்லை. மேலும், இந்தக் கள்ளப்பேச்சை மறைத்தால் வயிறு வீங்கிச் செத்துப் போவார்கள் என்ற அய்தீகத்தினால் யாரும் மறைப்பதில்லை. அதில் வீண் பழிபாவம் போடுபவர்களும் உண்டு. அப்படியான பெண், தான் சாதி கெட்டவள் அல்ல என்பதை நிரூபிக்க, பச்சை மண் கலயத்தில் கேத்தம்மா கோயிலுக்குத் தண்ணீர் எடுத்துவர வேண்டும்; கலயம் கரையாமல், தண்ணீர் ஒழுகாமல் முழுசாக வந்துவிட்டால் பெண் பத்தினிதான். இல்லையெனில் சாதி விலக்கம்தான். சீத்தாதேவிக்கு நெருப்புப் பரீட்சை. தங்களுக்கு நீர்ப் பரீட்சை.

சீத்தாதேவி அக்கினிக் குண்டத்தில் உட்காரும்போது சப்ளாக்கட்டைகள் ஆவேசமாய்த் துடிக்க, சீமைப்பட்டக்காரரின் சொல்லைப் போல அவளது கதைச்சொல், ராமனை இடுப்பில் துண்டைக் கட்டிக் கொண்டு நிற்கவைக்கும் வல்லமையைச் செய்யும்.

சீமைப்பட்டம் என்பது ஏழு நாடுகளுக்கும் முதன்மையான பட்டம். வல்லவட்டமும், வலங்காரக் கங்கணமும், வெண் கொற்றக் குடையும் கொண்ட ஊரதிகாரம், நாட்டதிகாரம், சீமையதிகாரம் என மூன்று பட்டம் அடங்கியது.

உள்ளூரில் நடக்கும் சண்டை சச்சரவுகள், பூமி எணைப் பொலித் தகராறு, கணவன் மனைவி சங்கடங்கள் போன்றவை களைத் தீர்த்து வைக்கும் ஒரு பட்டம் கட்டியவர் ஊர்ப்பட்டக்காரர்.

எல்லா ஊர்களும் அடங்கிய நாட்டில் நடக்கும், கள்ளச்சொல், கருத்துச்சொல், பங்காளிச் சொல், பகையாளிச் சொல், உறவுச்சொல், ஊமைச்சொல், சாமிச்சொல்

போன்ற பேச்சுகளை வெட்டி விடுதலுக்கும், சொல்வாக்குச் சொல்லுதலுக்குமான இரண்டு பட்டம் கட்டியவர் நாட்டுப் பட்டக்காரர்.

ஏழு நாடுகள் அடங்கிய சீமையில் நடக்கும் சாதி விலக்கம் செய்தல், சீர்சிறப்பு, பட்டங்கட்டுதல், கொத்துக்காரரை நியமித்தலுக்குமான மூன்று பட்டம் கட்டியவர் சீமைப் பட்டக்காரர்.

அந்தச் சமயத்தில்தான் ராசிபுர நாட்டுக்கு ஞாயம் பேச வந்தார் சீமைப் பட்டக்காரர் சென்னய்யா.

அது ஒரு மொட மசுரு புடிச்ச ஞாயம். மொண்ணையன் தனது மனைவியை ரெண்டு பொதி ஆரியத்துக்கு வில்லை வீட்டு மல்லப்பனின் பண்ணையத்தில் வைத்து விட்டான். அவளைப் பெண்டாளத் துரத்தும் மல்லப்பனிடமிருந்து தப்பி ராவோடு ராவாக சாமையான் வீட்டுக்கு ஓடிப் போய்விட்டாள் அவள். மல்லப்பனின் ஆள்கள் தேடிப் பிடித்துக் கொண்டு வந்து ஞாயத்தில் நிறுத்தி விட்டார்கள்.

“புருசஞ் சொல்லை மீறிட்டுக் கண்டவன் ஊட்டுக்குப் போன பொம்பளைய சாதிய உட்டுத் தள்ளிவெக்கோணும்..” என்று எகிறிக் குதித்தான் மொண்ணையன்.

“புருசங்காரன் பண்ணையத்துக்குப் போச்சொன்னாப் போவலாம்... படுக்கைக்குப் போச்சொன்னா... அதா என் அத்தை மவன் ஊட்டுலே அடைக்கலம் பூந்தே... நா ஒண்ணும் சாதி கெட்டுப் போவுலே..” என்று வயிற்றைப் பிடித்துக் கொண்டு அழுதாள் மொண்ணையன் மனைவி.

“இதை இப்பிடியே உட்டா நம்ப சாதிக் கட்டுப்பாடு வளமொறை அழிஞ்சி போயிரும். எனக்கு ரண்டு பொதி ஆரியம் வந்து சேரோணும்.. இல்லாட்டி, அந்தப் புள்ளே வந்து சேரோணும்... அவ்ளவ்தான்...” என்று பம்பினான் மல்லப்பன்.

ஞாயம் சொல்லச் சொல்ல வயிற்றுவலியின் வேதனையில் துன்பப்பட்டுக் கொண்டிருந்தாள் மொண்ணையன் மனைவி. சுற்றியிருந்த ஒருசிலபேர்,“ஞாயத்திலிருந்து தப்பறதுக்காகப் பசப்பறா பாரு” என்று குசலம் மூட்டினார்கள்.

இந்த ஞாயத்தின் போக்கு கப்பென்று எல்லா ஊர்களையும் பற்றிக் கொண்டு பக்கத்து நாடுகளுக்கும் பரவி விட்டது.

இதை எப்படித் தீர்க்கப் போகிறார் என்று ஏழு நாட்டாரும் குனுப்பமாகப் பார்த்துக் கொண்டிருப்பதை உணர்ந்த சீமைப்பட்டக்காரர், மிகவும் பதனத்துடன் கண்ணுங் கருத்துமாய் ஞாயம் நடத்தினார்.

மூணு பொழுதாகியும் தீர்ந்தபாடில்லை அந்த ஞாயம். அன்றைய பொழுது ஊர்க்காரர்கள் சீக்கிரமே வேலைகளை முடித்துக் கொண்டு பக்கத்து ஊருக்குப் போகும் பதட்டத்தை சீமைப்பட்டக்காரர் பார்த்தார். பொம்மக்காவின் கதைகளைப் பற்றி அவரும் கேள்விப்பட்டிருக்கிறார்தான். இப்பொழுது பக்கத்திலேயே என்றதும் மனசும் கால்களும் பரபரத்தன. அவரது கண் சைகையைப் புரிந்து கொண்ட ஆள்காரன் உடனே வண்டி கட்டினான்.

“பாண்டவர் கதையில முக்கியமான காட்சியமாக மூணு காட்சியங்கள் இருக்கின்றன” என்று பீடிகை போட்டுக் கொண்டு ஆரம்பித்தாள் பொம்மக்கா. அவளுக்கு எதிரில் குழுமியிருந்த கூட்டத்தினூடே பட்டக்காரர்கள் அமரும் கட்டிலில் உட்கார்ந் திருந்த சீமைப்பட்டக்காரர் அவளைக் குனுப்பமாகப் பார்த்தார்.

இரண்டு கடையும் தொங்கும் தூண்டாமணி விளக்கின் அஞ்சுமுக வெளிச்சம், அந்த மேடையைப் பீடமாக்கிக் கொண்டிருந்தது. மண்டப மேடையில் நடுவாந்தரமாகத் தோரணையுடன் உட்கார்ந்திருக்கும் அவளது கண்களில் சுடர் விட்டெரியும் சோதி அசைந்து அசைந்து கூரான மூக்கில் குத்தியிருந்த சிவப்புக் கல்லில் மின்ன, நெற்றிப் பொட்டுத் துலங்க, வடிவான முக லட்சணத்தில் சொலிசொலித்தாள் பொம்மக்கா.

‘கிட்ண உபதேசம்’ ஒரு காட்சியம். அதில் அறத்துக்கும் அதிகாரத்துக்குமான உறவுநிலையை எந்தவித ஆசாபாசங் களுமில்லாமல் மனுச வாழ்வோடு பொருத்திப் பார்க்கும் முக்காலமுமறிந்த சொல்லாகப்பட்டது காட்சியமாக விரிகிறது.

இன்னொரு காட்சியமான ‘விசத்தடாகத்தில்’ தண்ணித் தாகத்துக்கு வரும் தருமனிடத்தில் எமதர்மராஜனானவன், மனுச வாழ்க்கையில் ஒளிந்திருக்கும் அர்த்தத்தை விடுவிக்கக் கேட்கும் புதிர்க் கேள்விகளுக்கான விடைகளை, ஊழ்வினைக்கும் மோட்சத்துக்குமான உழவோட்டமாகச்

சாலடிக்கிறது.

மூணாவது காட்சியமானது, ‘பாஞ்சாலி துகிலுரிதல்’; இதில் மனுசனுக்கும் விலங்குக்கும் இடையில் தூரியாடும் ஞாயங்களும், நெறிமுறைகளும் மனுச உடம்புமேல் தாக்கும் வன்மமாக, மேலெங்கும் அடித்துப் போட்ட வாதையில் வலி கூட்டும்... என்று பொம்மக்கா சொல்லச் சொல்ல சீமைப்பட்டக்காரர் ஒரேயடியாக வியந்து போனார். இது போன்ற கதைச் சொல்லை இதுவரை கண்டதுமில்லை கேட்டதுமில்லையென்று தலைகாணி மேல் ஒருக்களித்துச் சாய்ந்திருந்தவர், எழுந்து வாயில் அடக்கி வைத்திருந்த தாம்பலத்தை எச்சில் சட்டியில் ஓசைப்படாமல் துப்பி வாய் கொப்புளித்து விட்டு நிமிர்ந்து உட்கார்ந்து கொண்டார்.

இந்தப் பொழுது பாஞ்சாலி துகிலுரியற காட்சியத்தைப் பார்க்கலாமென்று சொல்லத் தொடங்கினாள் பொம்மக்கா.

தீட்டிலிருக்கிறாள் பாஞ்சாலி. தருமன் பகடையாடுகிறான் என்ற சேதி கேட்டவுடன் முட்டு வீட்டிலிருக்கும் அவளது அடிவயிறு சுரீலென்றது. நாடு, நகரம், செல்வம், மக்கள் என்று ஒவ்வொருவராய் பணயம் வைத்துத் தோற்றுக் கொண்டே வர, அவளது வயிறெங்கும் வெட்டி வெட்டி இழுக்கிறது வலி. சூதின் சுழல் பாதையில் மாட்டிக் கொண்டவளாய், மேலெங்கும் ரணவேதனை பிசைய, குறுக்கும் நெடுக்கும் கோடு கிழித்த பகடைக் காய்களின் மீது குருதித்தாரை ஒழுக ஓடுகிறாள்.

குதிரைகளின் குளம்படி ஓசை அத்தினாபுரத்தின் பூமியெங்கும் துரத்த, தீட்டு வீட்டுக்கு வெளியே வந்து நிற்கிறது தேர்.

ஏ தேரோட்டியே, சபையில் போய்ச்சொல்... குடும்ப பந்தம்ங்கிறது என்ன தெரியுமா...?

புருசனோட சுக துக்கங்கள்லே பங்கெடுக்கறவ பொண் டாட்டி. அவனோட வம்சத்தை விருத்தி செய்ற நல்ல தாரமா, பண்ணையத்தைக் கட்டிக் காப்பாத்தற தாயா, அவனுக்குப் புத்திமதி சொல்லி, நல்வழிப்படுத்தற தாதியா இருந்து பணிவிடை செய்கிறவள்.

பொண்டாட்டியைக் கண் கலங்காம வெச்சிக்

காப்பாத்தறவன் புருசன். அவமேல தீராத அன்பு காட்டி அவளோட ஆசையறிந்து அதைப் பூர்த்தி செய்ற கணவனா, கடைசி வரைக்கும் கஞ்சித் தண்ணி ஊத்திக் காப்பாத்தற தனயனா இருந்து, அவளை ஆண்டு கொண்டிருக்கிறவன்.

இதிலே எங்கே வந்திச்சி பணயம்..?

ஒரு தந்தையானவன் தன்னோட மகளை ஒருத்தன் கையிலே புடிச்சிக் குடுக்கும்போது, ரெண்டு பேரும் ஒத்துமையா ஆந்து நேந்து பதனமா பண்ணையத்தை நடத்துங்கன்னுதான் சொல்றாரேயொழிய, அவளைப் பணயம் வெக்கவோ, வித்துத் திங்கவோ சொல்லலே.

மனுசங்களாப் பொறந்த யாரையும், விக்கறதுக்கும் வாங்கறதுக்கும் கெழக்கு முகமாயிருந்து மேக்கு முகமாப் போறானே.. சூரிய பகவான்... அவனுக்கு மட்டுந்தான் அதிகாரமிருக்குது.. வேற யாருக்குமில்லை... அப்பிடி நடந்தாச் செல்லாது.. போய்ச் சொல்.. போ... என்று அவனை முடுக்கினாள் பாஞ்சாலி.

அந்தச் சொல்லைக் கேட்டு அங்கு கூடியிருந்த பெண்டுகள் எழுந்து நின்று கைதட்டி ஆரவாரம் செய்தனர். சீமைப்பட்டக் காரருக்கு உடம்பெங்கும் விறுவிறுவென்று ரத்த ஓட்டம் ஏறியது. அந்தப் பொழுது அவர் மண்டையை இடித்துக் கொண்டிருந்த ஞாயம் தீர்ந்து போய்விட்டது. எதிரிலிருப்பள் சாதாரணப் பெண்ணல்ல என்பதைச் சடுதியில் உணர்ந்து கொண்டவர், கட்டிலின் நுனிக்கு நகர்ந்து உட்கார்ந்தார்.

"வலியாகப்பட்டது அடிவயிற்றிலிருந்து நகர்ந்து நகர்ந்து உடல் முழுக்கத் தீயாய் மண்ட, வாதையுடன் இழுத்துப் போகிறார்கள் பாஞ்சாலியை. சபை நடுவே வெடிக்கிறது வலி. பொழுது காறி உமிழ்ந்த தாம்பூலச் சாறில் வழிகிறது செக்கர் வானம். குருதித்தாரை ஒழுக நிற்கும் பெண் உடம்பைக் குரூரமாய் ரசிக்க ஆண்கள் செயல்பட்டபோது, அவளது அடிவயிற்றில் மூண்டது அக்கினி.

அணையாத அந்த நெருப்புதான், இன்னும் பெண்டுகளின் தீட்டுப் பொழுதுகளில் வலியாய்த் தொடர்கிறது. பெண் உடலின் பாதைகளில் ஒழுகிக் கிடக்கிறது வலி..."

பெண்கள் குலவையடித்தும் கும்மி கொட்டியும் பாராட்டி

மகிழ்ந்தார்கள்.

பட்டக்காரர் அந்தப் பொழுதில் தீர்மானித்தார், பொம்மக்காவைத் தனது மருமகளாக ஏற்றுக்கொள்வதென்று.

ஊர்க்கோயில் மண்டபங்களெல்லாம் வெறிச்சென்றிருந்தன. 'மழை மாரியில்லாத பூமியைப்போல கதைச் சொல் இல்லாத நாட்டுச் சனம்' என்று செலவாந்தரம் சொன்னார்கள். கதைச் சொல்லை நாடெல்லாம் சுதியேற்றும் சப்ளாக்கட்டைகள் சீமைப் பட்டக்காரரின் அட்டாழி ஏறிக்கொண்டன.

காலையில் எழுந்ததும் எருமை மாடுகளில் பால் பீய்ச்சி, தயிர் கடைந்து வெண்ணை உருட்டுவதற்கும், பண்ணையத் தாள்களுக்கும் சேர்த்தி சாமையும் கம்மங்களியும் கிண்டிப் போடுவதற்கும், காடுகரைகளில் வேலையாள்களை விட்டு வேலை வாங்குவதற்கும், அவ்வப்போது ஏத்தல் இறைப்பதற்கும், சாயங்காலம் மாடுகளுக்குப் பருத்திக் கொட்டை ஆட்டி ஊற்றுவதற்கும் பொழுது பத்தாமல் இருக்கும்போது, கதை சொல்ல ஏது நேரம்?

பொம்மக்கா கதை சொல்வதை நிறுத்திக் கொண்ட பிறகு ஞாயங்கள் பெருகின. அவளது மாமனார் ஞாயத்துக்குப் போகும்போதெல்லாம், அவளிடம் நுணுக்கமாக வாதித்து விட்டுத்தான் போவார். ஒரொரு முறை வாதங்கள் இரண்டு மூணு பொழுதுகள் கூடத் தொடரும். ஞாயம் முடிந்து ஊர் திரும்பும்போது, அவரது நரைத்த மீசை கெம்பீரமாய் விரைப்புடன் நின்றிருக்கும். முகமெங்கும் பூரிப்புடன், வல்லவட்டத்தில் ஆடும் சுங்கு சந்தோஷத்தில் குதியாளம் போட வலங்காரமாய் அசையும் கங்கணம் தோரணையாய்க் கண் சிமிட்ட, கை கால் கழுவ தண்ணி கொண்டு வந்து தரும் மருமகளை அன்பு தழும்பப் பார்ப்பார்.

பொம்மக்காளின் உடல் முழுக்கப் பொங்கிக் கொண்டிருந்த கதைச் சொல் வெளியே வரமுடியாமல் திணறிக்கொண்டிருந்தது கொஞ்சகாலம். பிறகு மெல்ல மெல்ல வேறு வடிவம் எடுக்க ஆரம்பித்தது. கதைச் சொல், புதிர்ச்சொல்லாக உருமாறவே, காடு கரைகள், கோயில் மண்டபங்களாகிப் போயின. காட்டில் வேலை செய்யும் வேலையாள்களின் கைகளுக்குக் களைப்பு ஏற்படாவண்ணம், அழிப்பாங்கதைகள் போட ஆரம்பித்தாள். விடுவிக்கும்

சொற்களை நோக்கி விசையேறும் கைகளில், விறுவிறுப்பாய் நடக்கும் வேலைகள். அவளது புதிர்ச் சொல்லின் சுழியில் மாட்டிக் கொண்ட வித்தையில், கண்மூடிக் கண்திறக்கும் பொழுது போலக் களைப்பில்லாமல் காணாது போயிருக்கும் காலம்.

மாமனாருக்குப் பிறகு அவளது புருசன் அப்பையாவுக்குப் பட்டம் கட்டினார்கள். அவர் வாப்பாடு தெரியாதவர்.

பண்டம், பருத்தி எடைபோடும் சேடக்கோலில் 'வாய்' பார்த்துச் சொல்வதுதான் வாப்பாடு. கொஞ்சம் ஏமாந்தாலும் வியாபாரி ஏமாற்றி விடுவான். ஆடுமாடுகளுக்கு ஒடை தட்டும் ஒடைக் கோல்களின் ஒரு கோலை சேடக்கோலாகப் பயன் படுத்துவார்கள். அந்தக்கோலின் ஒரு பக்க நுனியின் அடியில் கொக்கியை மாட்டி, பருத்தி பண்டங்களை எடைபோட வேண்டும். அதே நுனியின் மேலில் 'வாய் அறுப்புகள்' இருக்கும். அந்த அறுப்பில் கயிற்றைக் கட்டித் தூக்கிப் பிடித்தால், சேடக்கோலின மறுபக்க நுனி கிடைமட்டத்தில் நேராக நிற்க வேண்டும். கீழே சாய்ந்தாலும், மேலே போனாலும், நேராக நிற்கும்வரை ஒவ்வொரு அறுப்பாக நகர்த்திப் பிடிக்க வேண்டும். ஒரு வாய் ஒரு மனுவு. பன்னெண்டு வாய் ஒரு பொதி... என்று வாப்பாடு போடுவதற்கு அந்த முப்பத்திரண்டு ஊரிலும் ஆள் இல்லை.

ஒரு பொழுது, சாளையில் பருத்தி அம்பாரமாய்க் கிடக்க, வியாபாரியும் வந்து காத்திருக்க, வாப்பாடு தெரிந்த ஆள் பக்கத்து நாட்டிலிருந்து வரவில்லை. காத்திருந்து காத்திருந்து அப்பையாவின் மோவாய்க் கட்டையில் மயிர் வளர்ந்ததுதான் மிச்சம். மெதுவாக பொம்மக்கா எழுந்து போய் சேடக்கோலைத் தூக்கிக் குனுப்பமாகப் பார்க்க ஆரம்பித்தாள். அப்பையாவின் முகத்தில் அந்திவெயில் எரிச்சலுடன் சுணங்கியது.

அப்பையாவுக்கு பொம்மக்காளின் கீர்த்தி முதலிலிருந்தே பிடிக்கவில்லை. அவள்மேல் வீசும் துளசி வாசனை வாந்தியெடுப்பதாக இருந்தது. ஊர்க்காரர்கள், அவளைப் பற்றிப் பெருமை பேசும்போதெல்லாம், சுருக்கென்று மட்டந்தட்டுவார். அவரது காதில் மின்னும் சிகப்புக்கல் கடுக்கன் சிம்பிக்கொண்டு நிற்கும். இரவில் அவள் கால் அமுக்கி விடும்போதுதான், அந்தச் சுரவை வாங்கும். வெளியே

ஞாய நடத்தைக்குப் போகும்போது அவளிடம் வாதித்து விட்டுத்தான் போவார். ஆனால் அதற்கு நேர்மாறாக ஞாயம் சொல்லிவிட்டு நெஞ்சை நிமிர்த்திக் கொண்டு திரும்புவார். கூட வரும் சீமைப்பட்டக்குடை சொங்கிப் போயிருக்கும்.

தனது சொல்லைச் சனங்களின் தலையில் சும்மாடு கூட்டினார். எதிர்ச்சொல் வந்தால் ‘குத்தம்’ வாங்கினார். எட்டு நாடுகளிலும், ‘அப்பையா ஞாயம் குப்பையா’ என்ற செலவாந்தரம் பெருகியது. அவரது வம்ச கீர்த்தியின் தாச்சணத்திற்குக் கட்டுப்பட்டு சங்கடத்துடன் நெளிந்தார்கள் ஊர்க்காரர்கள். தாம்புக் கண்ணியில்லாமல் தாம்படிக்கும் மாப்பிள்ளையின் வேட்டியெல்லாம் மாட்டுச்சாணியடித்திருக்க, ஓடி ஓடித் தாம்போட்டும் வல்லமையைச் சனங்கள் பொச்சில் சிரித்தார்கள்.

தனது கணவனின் இந்தப் போக்குக்குத் தான் காரணமாகி விட்டோமோ என்று அவருக்கு யோசனை சொல்வதை நிறுத்திக் கொண்டு, காடுகரைகளில் கதியாகக் கிடந்தாள் பொம்மக்கா.

தாசப்பன் தலை வழியக் குளித்துக்கொண்டு பூசை செய்வதற்கான காரியங்களில் ஈடுபட்டிருந்தான். ஒவ்வொரு பௌர்ணமிக்கும் கேத்தம்மா கோயிலுக்கு தாசப்பன்தான் பூசை செய்வான். நேமநெறை தவறாதிருந்து சங்கு சேகண்டி எடுக்க வேண்டும். அதிகாலையில் வலம்புரியாய் எழும்பும் சங்குத் சத்தம் அந்தக் காஞ்சிக்கோயில் நாட்டின் பன்னிரண்டு ஊர்களையும் எழுப்பி விடும். கேத்தம்மாவின் உயிர்த் துடிப்பெல்லாம் காற்றாக மாற அந்தப் பகுதி முழுக்க அலையடிக்கும் பரவசத்தில் சனங்கள் கைதூக்கிச் சேவிப்பார்கள்.

இன்னும் வானம் வெளுக்கவில்லை. அவனது மனைவி மாத்தாயி சாமக்கோழி கூவலுக்கெல்லாம் எழுந்து வீடு பெருக்கி, பசுஞ்சாணியில் மொழுகி, அவனுக்குத் தண்ணி காய வைத்து விட்டுத் தீர்த்தம் எடுத்துவர ஆத்துக்குப் போய்விட்டாள். கட்டுத் தரையிலிருந்த மாட்டுக்குக் கம்மந்தட்டு உருவிக் கொண்டு வந்து போட்டான். கட்டியிருந்த கன்றுக்குட்டி வாலைத் தூக்கிக் கொண்டு குதித்தது.

விடிகாலையில் முகம் தெரிவதற்கு முன்னமேயே,

ஆத்துக்குப் போய்விடுவாள் மாத்தாயி. வழித்தடத்தில் உள்ள கோம்புத் தேக்கத்தில் களிமண் கூட்டி எடுத்துப் பிசைந்து கலயமாகப் பிடிப்பாள். கற்பு நிறையாக இருக்கும் அவளது கைகள், திரண்டிருக்கும் மண் கவளத்தை வாகாக உருட்ட உருட்ட, மண், கலயமாக மாறிப்போகும். அதைத் தூக்கிக் கொண்டு ஆத்துக்குப் போய்த் தீர்த்தம் எடுத்துக் கொண்டு வரும் அழகை, தலை சுழித்தோடும் ஆத்து நீரின் சலம்பல் வாய் மூடிக்கொண்டு பார்க்கும்.

அந்தத் தீர்த்தக் குடம் வந்த பிறகுதான் பூசை செய்ய வேண்டும். இன்னும் வந்தபாடில்லை. மெல்ல மெல்ல விடிந்து கொண்டிருந்தது. ஒரு பொழுதும் இதுபோல நேரம் கடந்ததில்லை. அசம்பாவமா ஏதாச்சும் நடந்திருக்குமோ எனக் கலவரத்துடன் வீட்டுக்கும், வெளிக்கடைக்கும் நடந்து கொண்டிருந்தான் தாசப்பன்.

கன்றுக்குட்டி பசி பொறுக்க மாட்டாமல் கத்தியது. அவள் எப்பவுமே இந்நேரம் பால் பீய்ச்சி விட்டுக் கன்றை அவிழ்த்து விட்டிருப்பாள். வழித்தடத்தில் மந்தைக்குப் போகிறவர்கள் அசைந்து கொண்டிருந்தார்கள். அவளை மட்டும் காணோம். பதட்டத்துடன் பரபரக்கும் கால்களைத் கட்டுப்படுத்திக் கொண்டான். தீர்த்தக் குடம் கொண்டு வருவதை அவன் போய்ப் பார்க்கக் கூடாது.

என்ன மாய்மாலம் நடந்ததோ, மாத்தாயியின் கைகளில் பச்சை மண் பிசுபிசுத்துக் கொண்டேயிருந்தது. கைகளும், மனசும் நடுங்க நடுங்க, கேத்தம்மாவை நினைத்துக் கொண்டு மண் கவளத்தை உருட்டிக் கொண்டேயிருந்தாள். கலயம் சேருவதுபோல சேர்ந்து, விசுக்கென்று புண்டு விழுந்தது. கைவிரல்களெல்லாம் பிய்ந்து போக, களிமண்ணைப் பிசைந்து கொண்டேயிருந்தாள்.

பச்சென்று விடிந்து விட்டது.

வெறுங்கைகளைப் பிசைந்து கொண்டவனாய், தூங்கிக் கொண்டிருந்த மகனை எழுப்பி அம்மாவைப போய்ப் பார்த்து வரச் சொன்னான். கண்களைத் துடைத்துக் கொண்டே பையன் வெளியில் நடக்க, தாசப்பன் வீட்டுக்குள் நுழைந்து பதட்டத்துடன் சாமியை வேண்டினான்.

மெல்லத் தலைகாட்டிய ஒரு சிலர், கவலையுடன் சொங்கி

யிருந்த அவனது முகக் குறிப்பையுணர்ந்து ஆத்துப்பக்கம் நடக்க ஆரம்பித்தார்கள்.

கோம்புத் தேக்கம் முழுக்க ஆண்களும் பெண்களுமாகக் கூட்டம் குமிந்து கொண்டேயிருந்தது. மாத்தாயி வெறுமையாய் மண்ணைப் பிசைந்து கொண்டிருக்க, அவள் தலை வழிய இறங்கிய ஈரம் வறண்டு போயிருந்தது. சுற்றியிருந்து பெண்களின் முகத்தில் வேதனை அப்பிக் கொள்ள அந்த இடமே சவக்களை கட்டியிருந்தது. சனங்கள் குசுகுசுப்புடன் தீர்த்தக் குடத்தின் நேமநெறைகளைப் பற்றிக் கதைக்க ஆரம்பித்தார்கள்.

'மாத்தாயி அவுசாரம் போய்விட்டதால்தான் தீர்த்தக் குடம் கொண்டுவர முடியவில்லையென்றும், அவளை சாதியை விட்டுத் தள்ளி வைக்க வேண்டுமென்றும்' ஞாயம் கூட்டப் போனான் தாசப்பன்.

சிலுப்பிக் கொண்டிருந்த மோரில் வெண்ணைக் குட்டானை ஒதுக்கி விட்டு, தாசப்பனுக்கு ஒரு சொப்பு மோர் ஊற்றித் தந்தாள் பொம்மக்கா. திண்ணையில் பவ்வியமாக உட்கார்ந்து அப்பையாவிடம் சொல்லும் ஞாயத்தைக் குணுப்பமாய்க் கேட்டுக்கொண்டே மோர் சிலுப்பும் சிலுக்காணி சுத்தியது. நுரை கட்டிப் பொங்கிக் கொண்டிருந்த வெண்ணைத் திமில்களை வழித்துக் குண்டாவில் சேர்த்துக் கொண்டிருந்தாள். தொண்டுப் பட்டியிலிருந்த நாய் தாசப்பனைச் சுற்றிக் குரைத்தது. அதை அதட்டி விட்டு, வெண்ணைக் குண்டாவை உருட்டி எடுக்க ஆரம்பித்தாள். உருட்ட உருட்ட நுரைகள் உடைந்து வெண்ணை திரளும் வாகில், பச்சைமண், கலயமாகச் சேர்ந்து கொண்டேயிருந்தது.

தாசப்பன் போனபிறகு அப்பையா அதுபற்றி எதுவும் பேசாமல் கம்மங்கஞ்சி குடித்து விட்டுத் தோட்டம் போய் விட்டார். அவளும் ஆள்காரர்களுக்கு கஞ்சிச்சட்டியை எடுத்துக் கொண்டு நடந்தாள். தோட்டத்தில் ஆரியத் தாளறுப்பு மும்மரமாய் நடந்து கொண்டிருந்தது. வரப்பு மேட்டு நிழலில் உட்கார்ந்தவளிடம் ஆரியத்தாளைக் கொண்டு வந்து, 'இனிச்சுக் கெடக்கு'தெனக் கொடுத்தான் அவளது மகன். தோவைகளை உரித்து விட்டு மெதுவாகச் சப்பினாள். சப்பென்றிருந்தது.

மதியச் சாப்பாட்டை முடித்துக் கொண்டு சாளையின்

வேப்பமர நிழலில் கட்டிலைப் போட்டபோது, அவளிடம் மெதுவாக ஆரம்பித்தார். "ஏ பொம்மு… மாத்தாயி ஞாயத்தைக் கேட்டியா…?"

"ம்" கொட்டியவாறே வெத்திலை மடித்துக் கொண்டிருந்தாள் அவள். விசயத்தைச் சொல்லிவிட்டு, "இதுக்கு என்ன பண்றது சொல்லு பாக்கலாம்…?" என்றார்.

"நீங்க என்ன முடிவு பண்ணீங்க…?" என்று வெத்திலையை நீட்டினாள்.

"நாஞ்சொல்றது இருக்கட்டும்… நீதாம் பெரிய மதியூக மந்திரியாச்சே.. நீ சொல்லு பாக்கலாம்…" என்று வக்கணையாகச் சிரித்தார்.

அவளுக்குள் பொங்கிய எரிச்சலைத் தள்ளிவிட்டு பதனமாக மெல்லிய குரலெடுத்துப் பேசியவள், "ஏ… தாசப்பன் அவுசாரம் போயிருந்தாலும் பச்சை மண் கலயமாகாதில்லே…" என்று மெல்ல இழுத்தாள்.

"ஏதூ…"

"ம். தாசப்பனையும் வெசாரிக்க வேணுமில்லே…"

"அதெப்படி ஞாயம்?"

"ஆமா, மாத்தாயி மண் கலயமெடுக்கறது அவளுக்காக மட்டுமல்லே, அவனுக்கும் சேத்தித்தானே.."

"அது நம்ப வழமொறையிலியே இல்லே… பச்சைப் பானையிலே தண்ணி கொண்டுவர்ரவ பொம்பளைதா… தண்ணி கசிஞ்சி போச்சின்னா அவளை சாதிய உட்டுத் தள்ளித்தான் வெக்கோணும்…"

இருவரும் காரசாரமாக வாதித்துக் கொண்டார்கள்.

"ஒரு பொம்பளை கிட்டப்போயி ரோசனை கேட்டா இப்பிடித்தா இருக்கும்… சும்மாவா செலவாந்தரம் சொன்னாங்க… 'பெம்புத்தி பிம்புத்தி'ன்னு…" என்று வெத்திலை எச்சிலை புளிச்சென்று துப்பினார்.

அவளுக்குள் கொதி போட்டெழுந்தது கோபம். "அந்தச் செலவாந்தரத்துக்கு அர்த்தம் அப்பிடியில்லீங்க… ஒரு

காரியத்திலே பெம்புத்தியை நம்புனா அதனோட நெறை கொறை அப்பத்தெரியாது. பல பொழுது கழிஞ்சி, பின்னாடி தான் தெரியுங்கறதுதான்...” என்று அவள் சாந்தமாகப் பதில் சொல்லவே, விருட்டென்று கட்டிலை விட்டு எழுந்து போனார் மூன்று பட்டம் கட்டிய சீமைப்பட்டக்காரர்.

அவள் மதியத்துக்கு மேல் எங்கும் போகாமல் வீட்டையே சுற்றிச் சுற்றி வந்தாள். அவளுடைய முகத்தில் நெற்றிச் சுருக்கங்கள் சுருண்டு கொண்டேயிருந்தன. வண்ணாத்தி வல்லவட்டம் கொண்டு வந்து கொடுத்து விட்டு ‘கம்மங்கஞ்சி ஊத்துங்க சாமி’ என்ற போதுதான் சுற்றிலும் நோட்டம் விட்டாள்.

கணவனுக்கு முகவேலை செய்து கொண்டிருந்தான் அம்பட்டன். ஆள்காரன் வண்டியைத் துடைத்துச் சக்கரத்துக்குக் கொட்டைமுத்து எண்ணை போட்டுக் கொண்டிருந்தான். இன்றிரவு ஞாயத்துக்குப் போவதற்கான வேலைகள் சரூராக நடந்து கொண்டிருந்தன.

சடக்கென எழுந்து தண்ணி காய வைக்கப் போனாள். காய்ந்த சுள்ளிகள் சடசடவெனப் பற்றிக்கொள்ள அடுப்பு முச்சூடும் தீ நாக்குகள் சுற்றிச் சுற்றி எரிந்தன. அண்டாவில் தண்ணி ஆவிபிடிக்க ஆரம்பித்தது.

கீழே எரிந்து கொண்டிருக்கிறது நெருப்பு. மேலே தளும்பிக் கொண்டிருக்கிறது நீர். நேற்று, இன்று, நாளை என்ற மூன்று பொழுதுகளையும் அடுப்பாகக் கூட்டிப் படைத்துக் கொண்டிருக்கிறாள் பொம்மக்கா.

தகதகவென எரிகிறது தீ. சீத்தாதேவியின் உடம்பெங்கும் தீக்கொழுந்துகள் அசைகின்றன. அசைந்து அசைந்து அவளைச் சூழ்ந்து கொள்ள, தண்ணீர் பீய்ச்சியடிக்கிறது. சட்டென சீத்தாதேவி, பச்சை மண்பானையில் தண்ணீர் சுமக்கும் மாத்தாயியாக மாறிப் போகிறாள். தீயில் இறங்கும்போது சீத்தாதேவியாகவும், தண்ணீரில் மூழ்கும்போது மாத்தாயியாகவும் மாறி விடுகிற அற்புதமான நிகழ்வு அது. நீர்ப் பரீட்சையும் நெருப்புப் பரீட்சையும் ஒரே கோடாக உருமாறும் அழகில், சீத்தாதேவியும் மாத்தாயியும் கால ஓட்டத்தின் ஒரே கிளையில் சந்தித்துக் கொள்ள, காலம் உறைந்து நிற்கும் அபூர்வக் காட்சியை உருவாக்கிப் பார்க்கிறாள் பொம்மக்கா.

நீர் பொங்கி வழிந்து தீயை அணைக்கவும், பொம்மக்கா நிலைக்கு வந்தாள். அவள் முகமெங்கும் தீர்க்கதரிசனத்தின் மலர்ச்சியோடியிருந்தது.

சற்றைக்கெல்லாம் அப்பையா குளித்து முடித்துத் தலை துவட்டிக் கொண்டிருந்தபோது, மெதுவாக வந்து கூப்பிட்டாள் பொம்மக்கா. "ஏனுங்க, குத்திப் போடறதுக்குக் கம்பு தீந்துபோச்சு.. சித்தே குதிர்லே எறங்கி எடுத்துப் போடுங்க.."

"பொழுதாய்டிச்சே... ஞாயத்துக்கு வேற போவேணும்.. உம்மவனைக் கூப்புட்டு எடுத்துக்கோ..." என்றார் அவர்.

"அவ இனி வந்து தண்ணி வாத்துட்டு குதிர்லே எறங்கி எடுக்கறதுக்குள்ளே.. வெடிஞ்சது பொழப்பு.. நீங்கதா தண்ணி வாத்துட்டிங்கல்லே, எடுத்துக் குடுத்துட்டுப் போங்க..."

"இவ ஒருத்தி எங்காச்சிம் போற போதுதா எதுக்காலே வந்து நிப்பா.." என்று எகத்தாளம் பேசிவிட்டு ஏணியைக் குதிர் மேல் சாய்த்து குதிருக்குள் இறங்கினார்.

அவளும் பின்னாடியே ஏறிக் குதிர்வாயில் போய் உட்கார்ந்து கொண்டவள், அவருடன் பேச்சுக் கொடுக்க ஆரம்பித்தாள். "ஆமா, எதுக்காலே யார் யாரெல்லாம் வரப்படாது.. குறுக்கே யார் யாரெல்லாம் போகக் கூடாதுன்னு தெரியுமா உங்களுக்கு...?"

"எல்லாம் எனக்குத் தெரியும்.." சுரீலென்று கோபம் வந்தது அவருக்கு.

"செரி செரி, நா ஒரு புதிர் போடறேன். விடுவிச்சிட்டு மேலே வாங்க.." என்றாள் சாவகாசமாய்.

சீமைப்பட்டக்காரருக்குப் பகீரென்றது.

குதிர் கோயிலுக்கு ஒப்பானது. குளித்து விட்டுத்தான் அதற்குள் இறங்க வேண்டும். களஞ்சியத்துக்குள் நுழைந்து வருபவன் யாரென்று அறிய, குதிருக்குள் இறங்கியவனிடம் வெளியே இருப்பவன் புதிர் போட்டால், அதை விடுவித்து விட்டுத்தான் மேலே வர வேண்டும். விடுவிக்காமல் மேலே வந்து விட்டால் தவசக் குதிர் என்றைக்குமே நிரம்பாது. இதனாலேயே, யாரும் குதிருக்குள் இறங்கத் துணிய மாட்டார்கள்.

இந்த அய்தீகத்தின் கயிறைக் கையில் எடுத்துக் கொண்டு சுருக்குப் போட ஆரம்பித்தாள் பொம்மக்கா. அவருக்கு உடம்பு முழுவதும் திகுதிகுவென எரிந்தது. குதிருக்குள் நின்று கொண்டு தலையைத் தூக்கி அவளை முறைத்துப் பார்த்தார்.

“செரி, நம்ம ரண்டு பேருக்கும் ஒரு போட்டி.. நீ போடற புதிரை நான் விடுவிச்சிட்டு மேல வந்துட்டா, நீ குதிருக்குள்ளே போயிடணும்.. சம்மதமா...?” என்று பற்களை நறநறத்தார்.

அவள் தலையை ஆட்டிக் கொண்டு சொல்ல ஆரம்பித்தாள்.

ஒரு பொழுது கடவுளுக்குச் சாகாவரம் கொண்ட நெல்லிக்கனி ஒன்று கிடைத்தது. அதை ஒரு பூலோகவாசிக்குக் கொடுக்கலாமென முடிவு செய்து பூலோகம் வந்த கடவுள், மூன்று பேரைத் தேர்ந்தெடுத்தார். நாட்டையும் மக்களையும் எவ்விதக் குறையுமில்லாமல் காப்பாற்றி பரிபாலனம் செய்து கொண்டிருக்கும் ராசா. மதிநுட்பம் சொல்லிக் கொடுக்கும் மந்திரி. நாட்டு மக்களில் ஒருவரான ஒரு குடிமகன். மூவரையும் அழைத்து, ‘உங்களில் யார் பரிபூரணமாக் குளிச்சிட்டு ஆன்ம சுத்தியோடு முதலில் வந்து சேருகிறார்களோ, அவனுக்குத்தான் கனி’ என்று சொல்லி விட்டார்.

ராசா உடனே பாராசாரிக் குதிரையில் ஏறிக் கடிவாளத்தைச் சொடுக்க, காற்றாய்க் கடுகியது சவாரி. குடிமகன் வேட்டியை உருட்டிக் கட்டிக் கொண்டு ஏரிக்கரையை நோக்கி ஓட்டம் பிடிக்க, மந்திரியானவன் ஏதோ சிந்தனையில் மெதுவாக நடக்க ஆரம்பித்தான்.

நுரை தள்ளிக் கொண்டு வந்த குதிரை அரண்மனையை அடைய, ஒரே பாய்ச்சலில் அந்தப்புரம் போய் தாமரைத் தடாகத்தில் குதிக்க, பணிப்பெண்கள் அதிசீக்கிரமே சாந்தும் சவ்வாதும் பூசிக் கொளுவ, ராணி அகிற்புகை பிடிக்க, சடுதியில் மறுபடியும் குதிரை மீதேறிக் கடிவாளத்தைச் சொடுக்கிக் கண்ணிமைக்கும் பொழுதில் கடவுளிடம் போய்ச் சேர்ந்தான் ராசா.

குடிமகன் ஓட்டமும் நடையுமாக ஏரிக்கரை போய்ச் சேர்ந்தபோது, தண்ணீர் எடுக்க வந்த பெண் ஒருத்தியை முதலை இழுத்துப் போவதைப் பார்த்தான். கத்தியை எடுத்து ஒரே வீச்சில் முதலையை இரண்டு துண்டமாக்கி அவளைக் காப்பாற்ற அதற்குள் வெயில் உச்சிக்கு வந்து விட்டது. ஏரி

முழுக்க ரத்த வெள்ளம் மிதங்கியது. ரத்தச் சகதி தெளிந்த பிறகு குளிக்கலாமென மரநிழலில் களைப்பில் உட்கார்ந்தவன், அப்படியே தூங்கிப்போய் எழுந்து பார்த்தால், இருட்டுக் கட்டியிருந்தது. அவசரமாக ஏரியில் முங்கி விட்டு எழுந்தால் மேலெங்கும் ரத்தவாடை அடித்தது. ஈரத்துணியோடு நடந்தால் காத்துக் கறுப்பு அடித்து விடும் என்று பயந்து, வழியில் உள்ள கோயில் மண்டபத்தில் படுத்திருந்து விட்டு, விடிகாலையில் எழுந்து, பொழுது ஏறுவதற்குள் கடவுளிடம் போய்ச் சேர்ந்தான்.

மந்திரி ஆற்றுக்குப் போகும் வழியில் பயிர்ப் பச்சையெல்லாம் வதங்கிக் கிடந்ததைப் பார்த்தான். வானம் பார்த்த பூமியில் குதிரைவாலியும், சாமையும், தினையும் சொங்கிப் போயிருந்தன. மனசுக்குள் வாப்பாடு போட்டுக் கொண்டே ஆற்றங்கரைக்கு வந்து நின்று தலை துளும்பிக் கொண்டோடும் வெள்ளத்தை ஒரு பொழுது பார்த்தான். திரும்பி அரண்மனை போய் ஆள்களைக் கூட்டி வந்து, ஆற்றுத் தண்ணீரை வெள்ளாமை பூமிக்குத் திருப்பிவிட, கால்வாய் வெட்டச் சொல்லி வேலை நடத்த ஆரம்பித்தான். அவனது காக்காத் தலை நாரையாக மாறும் பொழுதுவரை வேலை நடந்தது. பல காலங்கள் நடந்து முடிந்த பிறகு, ஆசுவாசமாக ஆற்றில் இறங்கி முங்கினான். மேலெங்கும் அடிக்கும் மண்வாசம் தீராமல் உடல் தளர்ந்து போய்க் கடவுளிடம் சேர்ந்தான்.

ஆனால், அதென்ன மாயக் கூத்தோ... கடவுளிடம் மூவரும் ஒரே சமயத்தில்தான் போய்ச் சேர்ந்தார்கள்.

அப்படின்னா, கடவுள் இவர்களில் யாருக்கு அந்த நெல்லிக் கனியைக் கொடுக்கறது ஞாயம்? விடுவியுங்க பாக்கலாம்.

அப்பையா திகைத்துப் போனார்.

காலத்தையும், கால மயக்கத்தையும் ஒன்று குழைத்துப் புதிராகச் சுழித்துப் போட்ட முடிச்சில் வசமாகச் சிக்கிக் கொண்டு விட்ட மூன்று பட்டம் வாங்கிய சீமைப்பட்டக்காரரின் முகத்தில் பரிதாபமும் பேதைமையும் எரிச்சலும் கோபமும் மண்டியது. துளசிவாசனை மண்டையைக் குடைந்தது. 'ஞாயத்துக்குப் பொழுதாகிக் கொண்டிருக்கிறதே' என்று வெறுங்கைகளைப் பிசைந்தபடி, தவசத்தின் மேல் நின்று கொண்டிருந்தவனிடம், "கண்ணை மூடிட்டு கொஞ்சநேரம் சாந்தமா உக்காந்து ரோசனை பண்ணுங்க, விடை தெரியும்..."

என்று பலகைக் கல்லை நகர்த்தி குதிர்வாயை மூடினாள் அவள்.

"பொம்மு பொம்மு... அதை எதுக்கு மூடறே...?" என்று அவர் சத்தம்போட,

"இருட்டிலேதான் வெளிச்சங் கெடைக்கும்..." என்று சொல்லி விட்டு குதிர் மேலிருந்து கீழே குதித்தாள் பொம்மக்கா.

எவ்வளவு நேரம் குதிருக்குள் அடைபட்டுக் கிடந்தாரோ, ராசாவும், மந்திரியும், குடிமகனும் அவரது சிந்தனை யோட்டத்தில் புரண்டு புரண்டோடியதில் புதிர்க் கண்ணிகள் விடுபட்டுக் கொண்டேயிருந்தன. தான் கற்ற, கேட்ட அத்தனை வாதங்களையும் முன்னிறுத்தி யோசித்ததில், ஒரு தேர்ந்த சீமைப்பட்டக்காரரின் தீர்க்கத்தில், அந்தப் புதிருக்குள் நெளியும் முடிச்சுகள் ஒவ்வொன்றாய் அவிழ ஆரம்பித்தன.

மண்டையை இடித்துக் கொண்டிருந்த வலி சட்டென்று காணாமல் போய்விட்டது. அவருக்குள் பொங்கிக் கொண்டிருந்த பதட்டம் தணிந்து உடம்பெங்கும் பிடித்து விட்டது போல ஓர் ஆசுவாசம் தடவிக் கொடுத்தது. கூடவே, ஞாயத்துக்குப் போக வேண்டுமென்ற நினைப்பு சட்டெனத் தலைதூக்க, பாய்ந்தெழுந்து குதிர் வாயைப் பலமாகத் தட்டினார்.

விரல் நொடிக்குள் குதிர் வாய் திறக்க, மேலே நின்றிருந்த பொம்மக்காளின் மீது சர்வ அலட்சியமாய் ஒரு பார்வையை வீசிவிட்டு. "அந்தக் கனியை மந்திரிக்குத்தாங் குடுக்கோணும்..." என்றார் அலட்டலாய். பொம்மக்காளின் முகத்தில் எல்லையற்ற சந்தோஷம் பீறிட்டடித்தது. துலாம்பரமான அவள் கண்களில் பெருமிதம் பொங்கச் சீமைப்பட்டக்காரரைப் பார்த்து தலை தாழ்த்தி வணங்கினாள்.

ஆனந்தமாய்த் தலையை ஆட்டிக் கொண்டே, அவசரகதியில் கூடையில் தவசத்தை வழித்துக் கொடுத்து விட்டு, ஞாயத்துக்குப் போகும் அவசரத்தில் சடுதியாக இறங்கியோடினார் அவர்.

முடியைக் கோதி முடிந்து கொண்டு, கங்கணத்தைத் தேடினார். அதுவேறு ஒரு புரையிலிருந்தது. எடுத்து வலங்கார மாய்ப் போட்டுக் கொண்டு வல்லவட்டம் எடுத்துக் கட்டினார்.

மடிப்பு மாறி வந்தது. மடிப்பைச் சரிசெய்து கட்டிக் கொண்டு, ஆடைகளை அணிந்த மாத்திரம், அவசரத்துடன் வாசலுக்கு விரைந்தார். இந்நேரம் வண்டி கட்டிக் கொண்டு நிற்கும் ஆள்காரன், மாட்டுக்குப் புண்ணாக்குத் தண்ணி காட்டிக் கொண்டிருந்தான். பொழுது இறங்கிக் கொண்டிருந்தது.

அவருக்கு வந்த ஆத்திரத்துக்கு அளவேயில்லை. பட்டக்காரர் வசவு வார்த்தைகள் பேசக் கூடாது. அவனை எரித்து விடுவதுபோல ஆவேசத்துடன் பார்த்தவர், "ஏண்டா, சாயங்காலம் ஞாயத்துக்குப் போவோம்னு தெரியாதா... இன்னும் சாலாக்கம் பண்ணிட்டிருக்கறே..." என்று கோபமாய்க் கத்தினார். அவன் மலங்க மலங்க முழித்துக் கொண்டு சாளையில் தள்ளியிருந்த வண்டியை வெளியே இழுத்தான். நுகத்தடியில் தலையைப் பூட்டிக் கொண்ட மாடுகள் பழகிய தடம்போல, காஞ்சிக்கோயில் நாட்டை நோக்கி ஓடின.

மெல்ல இருட்டுக் கட்டிக் கொண்டிருந்தது. செம்மண் பாதை புழுதி கிளப்பிக் கொண்டு அலுங்காமல் ஓடிய வில்வண்டியில் உட்கார்ந்திருந்த சீமைப்பட்டக்காரர் ஆசுவாசமாய்ச் சாய்ந்திருந்தார். மாத்தாயியின் ஞாயம் அவரது சிந்தனையோட்டத்துக்குள் சுற்றிக் கொண்டிருக்க, மாடுகளின் கழுத்துமணி மலங்கிக் கொண்டு அசைய, சில்லாம் பூச்சிகள் ரீங்காரம் பண்ண இருட்டின் சத்தத்திற்குள் முகம் புதைத்தார்.

வண்டி ஊருக்குள் நுழைந்ததும், ஊர் எல்லையில் பட்டக் குடையோடு காத்திருக்கும் கொத்துக்காரரைக் காணோம். புறப்படும் போதிருந்த கோபம் மறுபடியும் தலைதூக்கியது. வண்டியோட்டி பதட்டமாய்த் திரும்பி அவரைப் பார்த்தான். இருட்டில் அவரது காதுக்கடுக்கன் தீக்கங்காய் மின்னியது. "வண்டியை நேரா சபைக்கு ஓட்டு..." என்று நிமிர்ந்து உட்கார்ந்தார்.

ஞாயசபை ஒரு ஈ காக்காயின்றி வெறிச்சென்றிருந்தது. அவர் திகைத்துப் போனவராய்ச் சுற்றுமுற்றும் நோட்டம் பார்த்தார். சபையின் விளக்கு மாடத்திலிருந்து தீபம் பளிச்செனச் சிரித்தது. வண்டியோட்டி மேற்கொண்டு என்ன செய்வதென்று விளங்காமல், தளைக்கயிற்றை இழுத்துப் பிடித்துக் கொண்டு அவரைப் பார்த்து முழித்தான்.

அந்த வெறுமையைப் பிளந்து கொண்டு தூரத்தில் பாட்டுச்

சத்தத்தின் சுதி மெதுவாகக் கேட்டது. சுற்றுமுற்றும் பார்த்தவர், வண்டியை அங்கு விடச் சொன்னார். அவர்களைச் சுதி நெருங்க நெருங்க, கோயில் மண்டபமும் சுற்று வட்டாரச் சனங்களின் கூட்டமும், கதைசொல்லியும் தெரிந்தனர். வண்டி மண்டபத்தின் முன் வந்து நின்றதும் சனங்கள் எழுந்து வந்து பார்த்தனர். “சீமைப்பட்டக்காரர் வந்திருக்காரு..” என்ற பேரொலி எழுந்தது. கூட்டம் திமுதிமுவென்று அவரைச் சூழ்ந்து கொள்ள, பெண்கள் நின்றவாக்கில் மண்ணில் விழுந்து கும்பிட்டார்கள். ஆண்கள் கை தூக்கிக்கொண்டு சேவித்தார்கள். அப்பையாவுக்கு இது போன்ற மரியாதை ஒருபொழுதும் கிடைத்ததில்லை. தன்மேல் வெறுப்பை உமிழ்ந்து கொண்டிருந்த சனங்களின் அளப்பரிய அன்புக்கு முன்னால் எதுவும் புரியாமல் குழம்பிப் போய் நின்றார்.

முன்வரிசையிலிருந்து விழுந்தடித்துக் கொண்டு ஓடிவந்த கொத்துக்காரர், “அய்யா, சொல்லியனுப்பியிருந்தா நா வந்து நின்னுருப்பேனே.. ஏதும் விசேசமுண்டுங்களா...?” என்று இடுப்புக் குறுகினார். பின்னாடியே பதட்டத்துடன் ஊர்ப் பட்டக்காரரும், பாளையத்துக்காரரும் ஓடி வந்தார்கள்.

அப்பையா சனங்களைக் கையமர்த்தி விட்டு, ஊர்ப்பட்டக் காரரிடம் தணிந்த குரலில், “ஏய்யா, இன்னிக்கு ஞாயம் இருக்குதில்லே..?” என்று இழுத்தார்.

“ஞாயமா? அதுதான் நேத்தே முடிஞ்சு போச்சே...”

அப்பையா பக்கென்று அவரைப் பார்க்க,

“நீங்க நேத்திக்குப் பேசின ஞாயத்திலே சொன்ன மாதிரி ஒரு சொல்லை ஈரேழு லோகத்திலும் சொன்னதில்லேன்னு சனங்க கொண்டாடறாங்க...” என்று சிரித்தார் கொத்துக்காரர். அவரது வாயெல்லாம் வெத்திலைக் காவி நெறந்து கிடந்தது.

அப்பையாவுக்குக் கைலாகு கொடுத்துக் கூட்டிப்போய் பட்டக்காரர் கட்டிலில் உட்கார வைத்தார்கள்.

அறமும் அதிகாரமும் சமூகமும் ஒரே புள்ளியில் இணையும் மனித வாழ்வைக் கலைத்துப் போட்டு ஒன்று சேர்த்த மதி நுட்பத்தை வியந்தோதினார் ஊர்ப் பட்டக்காரர். உறவுச் சிக்கல்களில் விழுந்திருக்கும் சுருக்குகளை லாவகமாக அவிழ்த்தெடுத்த யூகத்தை அதிசயம் பேசினார் கொத்துக்காரர்.

“ஆணும், பெண்ணும் சேர்ந்து அமைவதுதான் குடும்பம். அதில் யார் தப்புச் செய்தாலும் அந்த அமைப்பைப் பாதிக்கும்” என்ற சொல் மூலம் இத்தனை கால வம்ச வழமுறையையே மாற்றிப் போட்டு விட்ட கெட்டிக்காரத்தனத்தை பாளையக்காரர் பேசப்பேச, அதுவரை விளங்காத சங்கதியின் சூட்சுமம், மெல்ல மெல்ல விடுபடுவது போலத் தோன்றிது அப்பையாவுக்கு.

“நீங்க அப்பிடி ஒரே போடா போட்டதாலதான், தாசப்பன், தான் கொளுந்தியாளைத் தொட்ட வெவகாரத்தைச் சொல்லி ஞாயத்தை ஒத்துக்கிட்டான்... இல்லீன்னா மாத்தாயியல்லே மாட்டியிருப்பா...” என்று அவர்கள் பேசிக்கொண்டே இருந்தார்கள்.

பலமான யோசனையில், தான் அணிந்திருக்கும் ஆடைகளை மெதுவாக முகர்ந்து பார்த்தார் அப்பையா. அவர் எதிர்பார்த்தது போலவே, துளசிவாசம் பளீரென்று கண் சிமிட்டியது. பிரமை அடித்துப் போனவராய் பதட்டத்துடன் முகத்தின் மோவாய்க் கட்டையை நீவிப் பார்த்தால், சற்றுமுன் அம்பட்டன் சிரைத்த நெகுநெகுப்பு மாறாமல் அப்படியே இருக்கிறது. தனது கண்ணிமைக்கும் பொழுதுக்குள் இவ்வளவு காரியங்கள் எப்படி நடக்குமென்று குழப்பபடியுடன் தலை கிறுகிறுவென்ற சுற்றியது அவருக்கு.

சட்டென, பொம்மக்கா போட்ட புதிர் அவரது மண்டையில் அலையடித்தது. அந்தப் புதிரோட்டத்தின் சுருக்குகளில் என்றென்றைக்கும் தப்பிக்காது மாட்டிக் கொண்ட தனது ஆகிருதியைத் தள்ளி நின்று பார்த்தார். தன்னையே புதிராக மாற்றிச் சதுராடியிருக்கும் அவளது கால விளையாட்டைக் கண்டு நிலைகுலைந்து போனார். உடம்பின் மயிர்க்கால்களெங்கும் நெட்டுக்குத்தாய் விறைத்து நின்றன.

சுற்றிலும் சனங்கள் தங்களையே பார்த்துக் கொண்டிருக்க கதைசொல்லி எதுவும் பேசாது உட்கார்ந்திருந்தான். சூழலை உணர்ந்தவராய், அவனைப் பார்த்துச் சைகை காட்ட, சப்ளாக் கட்டைகள் மகிழ்ச்சியுடன் குதித்தன.

சீமைப்பட்டக்காரருக்கு வந்தனம் சொல்லிப் பாட ஆரம்பித்தான். “அப்பையா ஞாயம் திப்பிய்யா.. அதாவது தெய்வ வாக்கு...” என்று அவன் ராகமெடுத்துச் சொல்ல, குலவை போட்டுக் கொண்டாடினார்கள் சனங்கள்.

அவரது கண்களில் கண்ணீர் கட்டிக் கொண்டது. மண்வாரித் தூற்றிய மக்கள் கண்ணில் வைத்துப் போற்றுகின்ற காட்சியை நிகழ்த்திக் கொண்டிருக்கும் அந்தச் சூத்ரதாரியை உடனே போய்ப் பார்க்க வேண்டும் போல ஒரு வேகம் கட்டுக்கடங்காமல் எழுந்தது. ஓடிப்போய் பொம்மக்காளின் கால்களில் மண்டியிட்டு அழ வேண்டும் போலிருந்தது அவருக்கு. கட்டிப் பிடித்துக் கொண்டு முத்தமாகக் கொடுக்க வேண்டும். இந்த மூடன் அறியாது செய்த தவறுகளையெல்லாம் மன்னித்துவிடு. அவளது தோளில் விழுந்து கொண்டு தேம்ப வேண்டும். அவளைத் தூக்கித் தலையில் வைத்துக் கொண்டாட வேண்டும். அவளது வல்லமை தெரியாத தனது மூடத்தனத்தை புதைத்து விட்டு அவளது கீர்த்தி பாடிக் கொண்டு நாடெல்லாம் சுற்றிவர வேண்டும்.

கதைசொல்லி பெருங்குரலெடுத்துப் பாடுகிறான்.

"ஓ கர்ண மகாராசா.. இந்தச் சாகாவரம் கொண்ட கனியைச் சாப்பிடுங்கள் என்று முனிவர் கனியைத் தந்து ஆசீர்வதிக்க, வாங்கி உண்கிறான் கர்ணன். ஆனால், கர்ணனைப் போரில் கொல்லும்போது, அந்தப் பழத்தின் பலன் எங்கே என்று கேட்க வேண்டாம் மகாசனங்களே.. ஏனென்றால், சாகாவரம் என்பது இந்த உடம்பு உயிரோடிருப்பதல்ல. நம்முடைய புகழும், கீர்த்தியும், செயல்பாடுகளும் காலங்காலமாய் உயிரோடிருப்பதுதான், அந்தப் பழத்தின் பலன்..." என்று சொல்லிக் கொண்டே போக, அந்தப் பொழுதில் புதிரின் இன்னொரு முடிச்சு அப்பையாவுக்குள் அவிழ்கிறது.

பதறிப்போனவராய் சடக்கென எழுந்தார் அவர். கட்டில் சடசடத்து ஓசை கூட்ட பதட்டத்தில் உடல் நடுங்கிக் கொண்டிருந்தது. "அவசரமாய் ஊருக்குப் போகோணும்.. ஒரு காரியத்தை மறந்து விட்டேன்..." என்று போக்குச் சொல்லிவிட்டு வண்டியோட்டியைத் தேடினார். கதையோடு தலையாட்டிக் கொண்டிருந்த வண்டியோட்டி உடனே ஓடிப்போய் வண்டி கட்டினான்.

ஊர்ச்சனங்கள் மிகுந்த மரியாதையுடன் சீமைப் பட்டக் காரரை வழியனுப்பி வைக்க, வண்டியைப் பிடித்துக் கொண்டு சிறுவர்கள் ஓடிவர, மாடுகள் வந்த பாதையில் திரும்பி ஓடின.

இரவின் அந்தகாரத்துக்குள்ளாக ஓடிக்கொண்டிருந்தது வண்டி. மாட்டின் கழுத்து மணிகள் பதட்டத்துடன் ஒலிக்க,

வண்டியை இன்னும் வேகமெடுக்கச் சொன்னார் அப்பையா. கால்களும் மனசும் பரக்கப் பரக்க, வல்லவட்டமும் வலங்காரக் கங்கணமும் கிலேசமுற்றுக் கிடக்க, இருப்புக் கொள்ளவில்லை அவருக்கு. சாட்டவார்க்குச்சியின் வீச்சில் மாடுகள் காற்றாய்க் கடுகின. வெறுமையைப் பிசைந்து கொண்டு வழித்தடத்தில் கவிந்திருக்கும் இருட்டையும், வானத்தையும் துழாவினார். மீன்கள் கண்சிமிட்டிக் கொண்டிருந்தன.

முடிவு முதலிலேயே தெரிந்துவிட்ட ஒரு அபாயமான பகடையில் தன்னையே பணயம் வைத்து ஆடியிருக்கிறாள் பொம்மக்கா என்பதை உணர்ந்து விட்ட அப்பையா, ஆட்டத்துக்கு வெளியே இருந்த சூட்சுமக் கயிற்றில் தான் மாட்டிக் கொண்ட கோலத்தை எண்ணியெண்ணி மருகினார். இருட்டுக் கூட்டியிருந்த பொழுதைக் கிழித்துக் கொண்டு மாடுகளின் நிதானத்தில் பயணம் ஓட்டமாக ஓடிக் கொண்டிருந்தது.

விடிகாலையில் வீடு வந்து சேர்ந்தது வண்டி. கட்டுத்தரையில் சாணத்தை மிதித்துக் கொண்டு எருமை மாடுகள் நின்றிருந்தன. வண்டியிலிருந்து குதித்தோடி வீட்டுக்குள் நுழைந்தார் அப்பையா. மாடத்தில் எரிந்து கொண்டிருந்த விளக்கு, எண்ணை காணாமல் மங்கிக் கொண்டிருக்க, அவரது மகன் கட்டிலில் முடங்கியிருக்க, பொம்மக்காளின் பாய் மூலையில் சாத்தி வைக்கப்பட்டிருந்தது. வீடு முழுவதும் பொம்மக்காளைக் காணோம். சட்டென நினைவுக்கு வர, குதிர் மேல் ஏறினார். குதிர் வாய் பலகைக் கல்லால் மூடப்பட்டிருந்தது. பதட்டத்துடன் கைகள் நடுங்க, அதை நகர்த்தினார். இருட்டில் தவசத்தோடு தவசமாகக் கிடந்தாள் பொம்மக்கா.

“குதிர்லேயே தெய்வமாயிட்டா பொம்மக்கா.. ஞாயத்துக்காக உசுரையே குடுத்த அந்தத் தெய்வத்தோட வம்சம்தான் நாம” என்றாள் பாட்டி.

ஞாயத்தைக் காப்பதற்காகச் சீமைப்பட்டக்காரர் வேசங்கட்டிக் கொண்ட போன அய்தீகம்தான் ‘புத்திக்கல்லு போடறது’ என்றாள். பிறந்த ஒவ்வொரு குழந்தையும் பொம்மக்காளைப் போல நீதிநெறி முறைகளுடன் வாழவேண்டுமென பொம்மக்காளே வந்து புத்தி சொல்கிற

மாதிரிதான் இந்தச் சாங்கியம் என்று வித்தாரமாக விளக்கிச் சொல்ல ஆரம்பித்தாள் பாட்டி.

வெளியே தூறிக்கொண்டிருந்த மழை பலமாகப் பிடிக்கத் தொடங்கியது.

(நன்றி: தீராநதி இதழில் பிரசுரமான இக்கதை 2004 ஆம் ஆண்டிற்கான இலக்கியச்சிந்தனை விருது பெற்றது.)

ஒண்டி முனியப்பன்

ஏறுபொழுது சுள்ளென்று பிடித்தது. ரொம்பக் குறைச்சலாக வெடித்திருந்தது காட்டுப் பருத்தி. இந்த வருசம் பருத்திக் காய்ப்பு ரொம்ப மோசம். பருவமழை பொய்த்து விட்டதால் பருத்திக் காயெல்லாம் வெம்பி குருட்டுப் பருத்தியாகி விட்டது. பஞ்சாக வெடிக்காமல், கறுப்புப் படிந்து புழுக்கை புழுக்கையாக மண்டிக் கிடந்தது காடு.

முந்தானையைக் கொங்கடை கட்டிப் பருத்தி எடுத்துக் கொண்டிருந்தார்கள் பெண்கள். "ஏ புள்ளே... பொழுதோட உங்க வீட்டிலே என்ன சத்தம்...?"

"அதையேங் கேக்கறே... வீட்டு ஆம்பளே தெனமும் ஊர் மேஞ்சுட்டு வந்தா... எத்தனை நாளைக்குத்தான் பொறுத்துப் போறது..."

"ம்"

"எதுத்துக் கேட்டா... 'வேலைக்காட்டிலே நீ எவனை வெச்சிட்டு இருக்கறே'ன்னு தெனத்திக்கும் அடிச்சா... எந்தப் பொம்பளதா சும்மாயிருப்பா... அதா இன்னிக்கு வேலை முடிஞ்சதும் இப்படியே ஒண்டி முனியப்பன் கோயில்லே போயி உலுந்துட்டுப் போலாம்னு இருக்கே.."

"அடிப்பாவி முண்டே... அப்படி ஏதாச்சும் பண்ணிப்புடாதே...

அந்த முனியப்பன் பொல்லாத சாமி. ஆம்பளை கொடுமைப் படுத்தறான்னு பொம்பளைக போயி தன்னோட தும்பத்தைச் சொல்லி அளுதுட்டாங்கன்னா, அவராலே தாங்க முடியாது. கத்தியைத் தூக்கிடுவாரு... அப்புறம் உங்க ஊட்டுக்காரனெ உண்டு இல்லைன்னு ஆக்கிடுவாரு...”

“என்னக்கா நெசமாலுமா...”

“ஆமாண்டி... அந்தக் கோவம் சாதாரணப்பட்ட கோவமில்லே... தெரியுமா உனக்கு..?”

அவள் தலையை ஆட்டினாள். மற்றவள் தலையைத் திருப்பி எதுவெயிலில் கண்களை இடுக்கிக் கொண்டு பார்த்தாள்.

தூரத்தே தெரிந்த வழித்தடத்தின் எல்லையோரமாக உயரமாய்ப் போட்டிருந்த பீடத்தில் நெட்டாப்பாய் உட்கார்ந் திருந்தார் ஒண்டி முனியப்பன். சுற்றிலும் முளைத்துக் கிடந்த கத்தாழம்பட்டைகளின் வெளிறிய பசுமையில் வெயில் பட்டு வெம்பியது.

காட்டு மரங்களை அனாயாசமாய் வெட்டித் தள்ளிக் கொண்டிருந்தான் முனியப்பன். ஒவ்வொரு வீச்சுக்கும் தலை துண்டமாகி விழுவதுபோல மரங்கள் ஓலமிட்டுக் கொண்டி ருந்தன. பழங்களும் பிஞ்சுகளும் அந்த மலைச்சோங்கு முழுதும் உதிர்ந்தோட, பக்கிகள் பதட்டத்துடன் றெக்கையடித்துக் கொண்டு பறந்துபோகும். முற்றிய அடிமரத்தின் பதம் அருவாளை எதிர்த்து நிற்கும்போதெல்லாம் அவனது ஆக்ரோசம் சரேலென நடு உச்சிக்கு எகிறும். கைகளை நெரித்துக் கொண்டு அருவாள் பிடியை இறுக்கி ஆவேசமாய்ச் சுழட்டியடித்தால், அந்தப் பொழுதே அலறிக் கொண்டு சாயும் சேகேறிய மரம். சங்க முள்ளும் சப்பாத்திக்கள்ளியும் மேலெங்கும் கிழிக்க, அவனது உடல் பலத்தையெல்லாம் காய்ப்பேறிய தனது உள்ளங்கையில் அடக்கிக் கானகமெங்கும் விசிறிக் கொண்டிருந்தான்.

அவனது சின்ன வயசிலேயே அப்பாவுக்குக் கற்பூரம் கொளுத்தி விட்டார்கள். அவர் விட்டுப்போன கட்டில் கயிறு திரிக்கும் பிழைப்பை அவனது அம்மா ஏற்றுக்கொண்டு, அந்தச் சோகம் தெரியாமல், எருமைத் தயிர் கம்மங்களியுடன், அளவற்ற செல்லத்தையும் சேர்த்துப் பிசைந்து, உருண்டையாக

உருட்டி உருட்டி அவன் வாயில் தள்ளிய அழகில், திடம்பலுடன் உருண்டு திரண்டிருந்தது அவனது உடல்வாகு.

சின்ன வயசில் பதனமாகத்தான் கத்தாழம்பட்டைகள் வெட்டிக் கொடுத்துக் கொண்டும், ஆடுகள் மேய்த்துக் கொண்டும் இருந்தான். மேய்ச்சல் நிலத்தில் சகபிள்ளைகள் பதினெட்டாங்கரம் விளையாடும்போது, அவன் மனசு கிடந்து ஏங்கும். ஆனால், அவன் மேல் அடிக்கும் கத்தாழை நாற்றத்தில் யாரும் விளையாட்டில் சேர்த்துக் கொள்ள மாட்டார்கள். பெரிய பிள்ளைகள் மட்டும் சவால் விட்டுச் சேர்த்துக் கொண்டு விளையாடிப் பார்ப்பார்கள். எதிராளியின் புலிகளை பதிமூணு காயிலேயே கட்டி விட்டுச் சிரிப்பான் முனியப்பன். சுற்றிலுமிருக்கும் சிறுபிள்ளைகள் 'தோத்தகாலி' என்று அவர்களைக் கொக்கணை கட்டுவார்கள். அவமானத்துடன் அவர்கள், அவன் கையைத் திருகி மீதமிருக்கும் காய்களைப் பிடுங்கும்போது ஆவேசத்துடன் கைகளைச் சுழட்டிச் சுழட்டி வீசுவான். கரணை கரணையாய் முளைத்திருக்கும் அவனது கைகளின் ஈடு தாங்க முடியாமல், திக்காலுக்கு ஒன்றாகச் சிதறி ஓடுவார்கள். அவனது சிரிப்பு மேய்ச்சல் நிலமெங்கும் எதிரொலிக்கும்.

முகவாய்க்கட்டையில் மயிர் வளர வளர அந்த மேல்கரை நாடு முழுக்கக் கொம்பு சீவிய மலைமாடாய்த் திரிந்தான். எந்த நாட்டில் 'மல்லுக்கட்டு' நடந்தாலும், அந்த மைதானத்தின் நடுப்புறம் நின்று தொடை தட்டிக் கொண்டிருக்கும் 'சமுத்தாளி'யாக இருந்தான். வேலை எதுவும் செய்யாமல் சேக்காளிகளுடன் சேர்ந்து நாடெல்லாம் சுற்றிவிட்டு, இரவில் சாமங்கழித்து வருவான். அவனைக் கண்டிக்காமல், 'கொஞ்சம் விட்டுப் பிடிக்கலாம்...' என்று தயங்கிக் கொண்டிருந்தாள் அம்மா. அவனது போக்கிரித்தனம், சின்னப் பையனாசாரி துவைந்து கொடுத்த அருவாளில் ரத்தமென மின்னிக் கொண்டேயிருந்தது.

ஒவ்வொரு பொழுதும் ஒரு ஞாயம் வந்து சேரும். தொல்லையை நீண்ட பெருமூச்சுடன் எதிர்கொள்வாள் அம்மா. 'அவனுக்கு நல்லபடியா ஒரு கண்ணாலம் கட்டி வெச்சிட்டாப் பக்குவம் வந்திடும்' என்று நம்பினாள். 'மஞ்சத்தண்ணி மேலே பட்டா தஞ்சக் கோலம்' என்ற சொல்லில் அவள் மிகுந்த நம்பிக்கை கொண்டு பெண் தேடிக் கொண்டிருந்தாள்.

அவனுக்கு அந்த மேல்கரை நாடு முழுக்கப் பெண் கொடுக்க யாரும் முன்வரவில்லை. அவனது சொந்த பந்தத்திலும் பெண் இல்லை. விசயம் தெரியாமல் பக்கத்து நாட்டிலிருந்து வரும் பெண் வீட்டுக்காரர்கள், முனியப்பனின் வீர தீர விளையாட்டுக்களைக் கேட்டு மிரண்டுபோய் ஓடிவிடுகிறார்கள்.

இப்படியே காலம் போய்விடுமோ என்று பயந்து கொண்டே வீட்டுத் தாழ்வாரத்தைப் பார்த்துக் கொண்டு உட்கார்ந்திருந்தாள். காற்றில் அசையும் விளக்கு வெளிச்சம், அவளது முகத்தில் பட்டுக் கங்கிடித்துக் கொண்டிருந்தது.

வெள்ளி முளைத்து ஒரு சாமமாகியிருக்கும். முனியப்பனின் செருப்புச் சத்தம் பம்மிக் கொண்டு கேட்டது. வீட்டுத் திண்ணை யில் பூனையைப்போல நடந்து போய்ப் படுத்துக் கொண்டான். சற்றைக்கெல்லாம், வீட்டிலிருந்து விசும்பல் ஒலி கேட்கவே பதறிப்போனான். எழுந்து வீட்டுக்குள் நுழைந்து பார்த்தால், மெல்லிய விளக்கொளியில் தேம்பிக் கொண்டிருந்தாள் அம்மா.

அவனுக்கு உடம்பெல்லாம் நடுங்க ஓடிப்போய், "அம்மா அம்மா... என்னம்மா, ஏன் அளுவறே...?" என்று உலுக்கினான்.

"உன்னைப் பெத்ததுக்கு அளுவாம ஆனந்தக் கண்ணீரா உட முடியும்..?" என்றாள் வெடுக்கென்று.

அவன் தலையைக் கவிழ்த்துக் கொண்டு ஒன்றும் பேசாமல் நின்றான்.

"ராசா... உன்னைப் பத்தி என்னென்னமோ கோட்டை கட்டி வெச்சிருந்தே... எல்லாம் பாழாப்போச்சு... 'முண்டை பைய மூர்க்கன்'ங்கற சொல்லு உம்மையாப் போச்சு..." என்று தேம்பினாள்.

"இந்த இரவத்திநாலு நாடும் உன்னைப் பத்திப் பெருமை பேசவேணும்... இப்பிடி ஒரு புள்ளையப் பெத்த மவராசின்னு மேகரை நாட்டுச் சனங்க என்னைக் கொண்டாடுவாங்கன்னு நெனச்சே... ஆனா, என்னை இந்த மாதிரி கொண்டாட வெச்சிட்டியேப்பா..."

"ஏண்டா உங்கப்பா எவ்வளவு பெரிய பேர் வாங்கினவரு தெரியுமா...? எவ்வளவு பெரிய பாட்டாளி.. அவருக்குப்

பொறந்த பயனாடா நீ...?”

“டேய், இந்த நாட்டுச் சனங்கள்லா உன்னைச் சீராட்ட வேணும்... உனக்குப் பொண்ணு குடுக்கறதுக்கு எல்லா நாட்டிலிருந்தும் வரிசையா வந்து நிக்க வேணும்டா... அப்பிடி செய்வியா சாமீ...” என்று குமுறிக் குமுறி அழுதாள்.

அவன் மெதுவாக அம்மாவின் முகத்தைக் கைகளால் அணைந்து கண்ணீரைத் துடைத்து விட்டான். அம்மா மகனது கைகளில் விழுந்து தேம்பினாள். அவனுக்கும் அழுகை பொத்துக் கொண்டு வந்தது.

அடுத்த சில பொழுதுகளில், நாட்டுக்குள் ஒலிக்கும் முனியப்பனின் செருப்புச் சத்தம் கத்தாழங்காடுகளில் சரசரத்துக் கொண்டிருந்தது. கத்தாழம் பட்டைகளை வெட்டியெடுத்து வந்து, ஓரமாய்த் துருத்திக் கொண்டு நிற்கும் கருக்குகளைச் சீவித் தள்ளி, கத்தையாகக் கட்டி, குட்டையில் ஊறவைத்துக் கொண்டிருந்தான். மூக்கு வேர்த்து ஓடிவந்த சேக்காளிகளைத் தூக்கித் தண்ணியில் வீச, அழுகல் வாசமேறிய தண்ணீர் துளும்பியது. விட்டால் போதுமென கோவணத்தை இறுக்கிக் கொண்டு ஓட்டமெடுத்தார்கள்.

நாலு பொழுதுகளுக்கு முன்னால் ஊறவைத்திருந்த பட்டைகளை வெளியே எடுத்துப் போட்டான். நல்ல பதமாயிருந்தது. தூக்கித் தோளில் போட்டுக் கொண்டு வேப்பமர நிழலை நோக்கி நடக்க, உருண்டு திரண்ட அவன் புசங்களில் அழுகிய கத்தாழஞ்சாறு வழிந்து சொட்டிக் கொண்டே போனது.

ஆடுகளை, மேய்ச்சலுக்கு வாகாகத் தலையை முன்னங் காலில் பிணைத்து ‘அண்ணாங்கால்’ போட்டு முடுக்கி விட்டு வேப்பமர நிழலுக்கு வந்தாள் அம்மா.

நிழலில் அகலமாய்ப் பரப்பி வைத்திருந்த பலகைக் கல்லின் ஓரத்தில் இறக்கி வைத்திருந்த பட்டைகளை நோட்டம் பார்த்துக் கொண்டே, அவனது உடம்பில் சாரையாய்ப் படிந்திருந்த கத்தாழை ஊனைத் துடைத்து விட்டாள். அவன் உதறிக் கொண்டே அருவாளை எடுத்துக் கொண்டு திரும்பி நடந்தான்.

கத்தாழம் பட்டைகளை வெட்டி வருவான், நார் உரிப்பான்,

தொடையில் நார் தேய்த்துத் தேய்த்து பதனத்துடன் கட்டில் கயிறு திரிப்பான், பண்டச் சந்தை நெருங்க நெருங்க கயிற்றுச் சுருணைகள் கூடை நிறையக் குமிந்துபோகும். அம்மாதான் கொண்டுபோய்ச் சந்தைவெளியில் விற்பாள். ஒரு கட்டிலுக்கான சுருணைக்கு, நாலு கைச்சேரை சம்பா நெல் வாங்கவேண்டும், அல்லது, கம்பு, ராகி, ஆரியமென்றால் பன்னிரண்டு சேரை வாங்கவேண்டும். வீட்டில் என்னென்ன தவசம் இல்லையோ, அதுக்கேத்தாப்போல கலந்து கட்டி வாங்க வேண்டும். அவனுக்கு வியாபாரம் செய்வதற்கான வல்லல் போதாது.

கட்டில் கயிறு வாங்குபவர்கள், கட்டிலும் நெய்து கொடுக்க வேண்டுமென அவனைக் கூட்டிப் போவார்கள். அந்த நாடு முழுக்கக் கட்டில் நெசவு செய்வதில் அவன்தான் ஓசத்தி. ராசாபுனி, மந்திரிபுனி போட்டு அரச லோகமாகவும், (நியாயம் பேசும் பட்டக்காரர்கள் உட்காரும் கட்டில்) பொட்டி பொட்டியாகக் கோட்டைப்புனி போட்டு அரச போகமாகவும், (புருசன் பொண்டாட்டி படுக்கும் கட்டில்) பல விதங்களில் புனைந்து தருவான்.

மாடுகன்றுகள் கட்டும் தளைக்கயிறு, கொம்புக்கயிறு, கட்டுக்கயிறு, உழவு கயிறு, தாம்புக்கயிறு, கண்ணிக்கயிறு எனப் பல்வேறு கயிறுகள் திரித்தாலும், ஏத்தல் இறைக்கும் வடக்கயிறு திரிப்பதுதான் பெரிய சவால். அறுபதடியில் மலைப்பாம்பின் உரப்புடன் தூக்கித் தோளில் போட்டுக்கொண்டு அனாயசமாய் அவன் கயிறு திரிக்கும் அழகில் சொக்கிப்போய் நிற்பாள் அம்மா.

முனியப்பனின் கருத்த தொடையில் வழியும் நார் உருண்டு திரிந்து கொண்டிருக்க, ஒரு புகையிலை இணுக்கைக் கிள்ளி வாயில் அதக்கிக் கொண்டு ஒவ்வொரு பட்டையாக எடுத்துக் கல்லில் வைத்துத் தட்டுகோலால் பக்குவமாகத் தட்டத் தொடங்கினாள். கத்தாழஞ்சாறு தெறித்து வடிந்ததில் தொப்பைகள் உரிந்து பறந்தன. ஒரு கணக்கான விசையில் நையத் தட்டத் தட்டக் கத்தாழை நார் விட்டு நூல் பதத்தில் மாறிக்கொண்டிருந்தது.

வடகரை நாட்டில் உள்ள முப்போகமும் தண்ணி பாயும் கலுங்குப் பாசனத்தில் வெத்திலைக் கொடிக்கால்தான் நல்ல வரும்படியான பயிர். அதைப் பதனம் பார்ப்பது லேசுப்பட்ட

காரியமல்ல. மூன்று பொழுதுக்கு ஒரு தண்ணீர் பாய்ச்ச வேண்டும். மூன்று பௌர்ணமிவரை விதைக்கொடியைப் பதியம் போட வேண்டும். அதற்குள், அகத்தியையோ, முருங்கைக் குச்சியையோ நட்டு, சல்லையைப் போல வளர்த்தெடுக்க வேண்டும். பிறகு குச்சிகளில் ஏற்றி, படர்வதற்கு வாகாகக் கட்டுக்கட்டி வளர்த்து, வளர வளர வெத்திலை கிள்ளிக் கொண்டு, பதினெட்டு முழத்துக்கு மேல் வளர்ந்தவுடன் கொடியைக் கீழிறக்க வேண்டும். பாய்ச்சும் தண்ணியில் அழுக்குத் துணி அலசாமல் தீட்டுப் பெண்களைக் கொடிக்காலுக்கு விடாமல், பச்சைக் குழந்தை போலக் கொழுந்து வெத்திலையைக் கிள்ளியெடுப்பது என்றால் சும்மாவா?

வெத்திலைகளில் கற்பூரம், துளுரு, செவிந்தி என்று பல்வேறு வகைகள் இருந்தாலும், கிளிப்பச்சை வெத்திலைதான் நல்ல ராசி. நிறத்தில் கற்பூர வெத்திலை பொன்மஞ்சள் நிறத்தில் மினுக்கினாலும், இதையும் மீறி பச்சைப் பசேலெனக் கிளிப்பச்சை தான் தளுக்காய்ச் சிரிக்கும். பச்சைக்கிளி றெக்கை விரித்தது போலிருக்கும் அதன் பசும் நரம்புகளில் சுண்ணாம்பு தடவி மடித்து வாய் நிறையக் குதப்பி, நுனிநாக்கை நீட்டிப் பார்த்தால், கிளிமூக்குப்போல நெறந்து போய்க் கிடக்கும். அதன் சோக்கில் சொக்கிப்போய் நிற்பார்கள் சனங்கள்.

குடியானவர்கள் தங்களது நிலத்தில் வெத்திலைக் கொடிக்கால் போடுவதென்றால், அதற்கென்று நெளிவு சுளுவு தெரிந்த ‘வெத்திலைக் கொடிக்கால் கட்டுபவரிடம்’ ஒப்படைத்து விடுவார்கள். வெத்திலைக்கொடி பற்றிப்படர முருங்கை மரம் வைப்பதிலிருந்து, வெத்திலை கவுளி பிடித்து பண்டச் சந்தைக்கு எடுத்துப்போய் விற்பதுவரை அவரது கைங்கர்யம்தான்.

அந்த வடகரை நாட்டில் நிறைய ‘வெத்திலைக் கொடிக்கால் கட்டுகிறவர்கள்’ இருந்தாலும் பெரியண்ணன்தான் வேலை சுத்த மானவர். கை சுத்தமானவர். அவரிடம் ஒப்படைத்து விட்டால், நம்பிக்கைக்கு பங்கம் வராதவாறு வெள்ளாமை வீடு வந்து சேரும்.

பெரியண்ணனுக்கு வரிசையாக ஆறு பெண்கள். ஒருவழியாய் அய்ந்து பெண்களுக்குக் கல்யாணம் செய்து வைத்து விட்டார். இப்போது தலைக்கு மேலிருப்பவள்

கடைக்குட்டி செம்பகம்.

செம்பகம் வெத்திலைக் கொடிக்காலிலேயே பிறந்து, அந்த ஓதம் தாங்கியதால்தானோ என்னமோ, கிளிப்பச்சை கொழுந்து வெத்திலை கணக்காய் நல்ல பொன் மஞ்சள் நிறத்தில் மின்னினாள். வடிவான முகம், வாட்டமான உடம்பு, வாய் நிறைய வெத்திலை நெறந்து இதழ்களில் ஏற, தளுக்கிக் கொண்டு நடக்கும் அவளைப் பார்க்கும்போது, 'இவளுக்கு எந்த மவராசம் பொறந்திருக்கிறானோ...' என்று நெட்டி முறித்துப் போடுவாள் அம்மா.

மகளை அப்படிக் கண்ணுக்குள் வைத்து வளர்த்தினாள். மருதாணி அரைத்து, அவள் கை முச்சூடும் சுழி சுழியாய் வைத்து விட்டு அழகு பார்த்தாள். செம்பகத்தின் கைகள் துள்ளாட்டம் போடுவதைப் பௌர்ணமி நிலவு ஏக்கத்தோடு பார்த்துக் கொண்டிருந்தது.

வெயில் தாழ அம்மாவும் மகனும் வேப்ப மர நிழலில் கயிறு திரித்துக் கொண்டிருந்த ஒரு பொழுதில், பதட்டமாய் சனங்கள் இங்கும் அங்கும் அவர்களைத் தாண்டி ஓடிக் கொண்டிருந்தார்கள். முனியப்பன் கயிற்றைக் கடாசி விட்டு அருவாளைத் தூக்கிக் கொண்டு ஓடினான். அம்மா ஆடுகளை நிழலில் கட்டிவிட்டுப் போய்ச் சேர்ந்தபோது, மண்ணில் விழுந்து மயங்கிக் கொண்டிருந்தாள் வேம்பாயா. மயக்கம் தெளிந்து எழும்போதேல்லாம், "கண்ணாயா... கண்ணாயா... என்னை உட்டுட்டுப் போய்ட்டியே சாமீ..." என்று கத்தும் அலறல் அந்த மேய்ச்சல் நிலத்தில் திட்டுத் திட்டாக உறைந்து கிடந்த ரத்தத்தில் விழுந்து அதிர்ந்து கொண்டிருந்தது.

ஆடு மேய்த்துக் கொண்டிருந்த வேம்பியின் மகளைப் புலி அடித்துக் கொண்டு போய் விட்டது. குமிந்திருந்த கூட்டத்தில் குத்தீட்டிகளும் அருவாள்களும் வைத்திருந்தாலும் கிழக்காலே மேட்டில் உள்ள மலைச்சோங்கைப் பீதியுடன் பார்த்துக் கொண்டேயிருந்தனர்.

அந்த மேட்டைச் சுற்றிலுமிருந்த நாலு நாட்டுச் சனங்களுக்கும் அந்தக் கொம்புக்காடு பெரிய தலையிடியாய் இருந்தது. கொம்பு சிலுப்பிக் கொண்டு நிற்கும் மலை எருதுகளைப் போல, பயங்கரமாய்க் கண்களை உருட்டிக் கொண்டு, மரங்கள் வாதுவாதாய் கொம்பு விட்டுத்

துளும்பிக் கொண்டிருந்தன. அந்த நாலு நாட்டையும், சுற்றி வளைத்திருக்கும் மிகப் பெரிய கானகம் அது. முழுவதும் முள்மரங்களும் மிகப் பெரிய கட்டைகளும் முளைத்துச் செறையடைந்து கானகமாய்க் கிடந்தது. வெள்ளாமைக் காடுகளையும் சனங்களையும் அழி மாட்டம் செய்யும் மிருகங்களின் குடிவளவு அதுதான். நள்ளிரவு அங்கிருந்து ஒலிக்கும் செந்நாய்களின் ஊளை அந்தப் பகுதியையே நடுங்க வைக்கும். விடிகாலையில் ஆட்டுப் பட்டிகளில் ரத்தங் கக்கிக் கிடக்கும் ஆடுகளின் உடல் முழுதும் நாய்ச் சிறுவிலியின் பற்கள் பதிந்திருக்கும். பயிர்கள் அழிமாட்டமாகி காட்டுப்பன்றி விட்டைகள் சிதறியிருக்கும். மேய்ச்சல் காடுகளில் சின்னஞ் சிறுசுகளும், மாடுகன்றுகளும் உடல் குதறிப்போய்க் கிடக்கும் கொடுமையைப் பார்த்து, நாட்டுச் சனங்கள் காரசாரமாய் வீறாப்புப் பேசிக் கொண்டிருப்பார்கள். கொஞ்சநாளில் அப்படியே மறந்து போய் மறுபடியும் அவரவர் பிழைப்பைப் பார்த்துக் கொண்டு இருப்பார்கள்.

ஆட்டுப் பட்டிகளிலும், காடுகரைகளிலும் ராக்காவலுக்கு யாரும் இருப்பதில்லை. ஏனென்று விசாரித்தால், மொண்டிச் சீவன்களாகச் சுற்றிக்கொண்டிருப்பவர்களின் கதைகள், இருபத்தி நாலு நாடுகளிலும் குலவை போட்டுக்கொண்டிருக்கும்.

இரவு. முனியப்பனின் அம்மாவுடைய முகத்தில் விளக்கு வெளிச்சம் நார் உரித்துக் கொண்டிருந்தது. “சாமீ, அப்பத்தா... எங்களுக்கு விடிவே கெடையாதா...? கெழக்கிருந்து மேக்கே போற பொழுது மேலே சத்தியமா இந்த இரவத்திநாலு நாட்லயும் ஆம்பளைங்களே இல்லையா..?” என்ற வேம்பியின் ஓலம் அம்மாவின் மனசில் ராசாபுனி மந்திரிபுனியாகப் புனைந்து கொண்டிருந்தது.

கட்டிலில் படுத்திருந்த முனியப்பனை ஏறிட்டுப் பார்த்தாள். வெட்டப்பட்ட பனைமரத்தின் அடித்தண்டு போல சேகு பாய்ந் திருந்த உடம்பு இருட்டில் சொலித்தது. உலக்கை உலக்கையாகத் திரண்டிருந்த கைகளையும், காய்ப்பேறியிருந்த தசைகளையும் ஆசையாக நீவிவிட்டவள், ஒரு முடிவுடன் அவனை எழுப்பினாள்.

அடுத்த பொழுதிலிருந்து தொம்சமாகிக் கொண்டிருந்தது கொம்புக்காடு. காடு முழுதும் சிதறிக் கிடந்த எலும்புகளைக் காலால் எத்திக் கொண்டு, நொச்சி மரமும், புன்னையும்,

புவரசும் முனியப்பனின் அருவாள் வீச்சில் மல்லாந்து கொண்டிருந்தன. அவனது திடம்பலான கைகளுக்கு வாகாக, அல்லர் உருக்குப் போட்டு ஆறுசாண் நீளத்தில் அருவாள் அடித்துக் கொடுத்திருந்தார் சின்னப்பையனாசாரி. அதன் ஒரே வீச்சில், நெட்டுக்குத்தாய் கொம்பு சீவிக்கொண்டு நின்றிருந்த மரங்கள் பரப்பிக்கொண்டு விழுந்தன. கருவேல மரங்கள், இலந்தை, மலங்கிளுவையென வாதுவாதாய்ச் செறை மண்டிக் கிடந்த அந்தக் கானகத்தைத் தீ வைத்து அழிக்க யாரும் ஒரு காலத்திலும் ஒத்துக் கொள்ளவில்லை. சுழன்றடிக்கிற சூறைக்காற்றில் தீ திசைமாறி அந்த நாலு நாட்டையும் பஸ்பமாக்கி விடும் என்றே நம்பினார்கள் சனங்கள். ‘காடழிஞ்சா நாம அழிஞ்சு போயிருவோம்’ என்று அய்தீகம் பேசினார்கள். ‘காட்டுக்குள் போகிறவனை உள்ளேயிருக்கும் காட்டேறி அடித்து ரத்தங் குடித்து விடும்’ என்று பழங்கதைகளைத் தூசி தட்டினார்கள். எல்லாக் கதைகளையும், ஆவேசமாய்ச் சுழன்று சுழன்று வீசும் முனியப்பனின் அருவாள் கழித்துக் கட்டிக் கொண்டிருந்தது. ஒண்டியாக நின்று அந்தக் கானகத்தையே அழித்துக் கொண்டிருந்தான் முனியப்பன்.

“இந்த மேகரை நாட்டை நீதான் பாத்துக்க வேணும்” என்றாள் அம்மா. அந்த நாட்டை மட்டுமல்ல: சுற்றிலுமுள்ள எல்லா நாடுகளையும் நீதான் காப்பாத்த வேண்டும் என்று சொல்லி விட்டாள். அனிமேல் எந்த நாட்டிலேயும் மிருகங்கள் நுழையக் கூடாது. அதுக்கு நீதான் காவலிருக்க வேண்டுமென்றும், மிருகங்கள் மட்டுமல்ல, வேறெந்த ரூபத்திலேயும் தீங்கு நுழையக் கூடாது. அதுக்கு நீதான் பொறுப்பு என்றும் சொன்னாள். அதுக்கு முதல்படியாக, அந்தக் கொம்புக்காட்டை அழித்தால்தான் மிருகங்களை ஒழிக்க முடியும் என்று வித்தாரமாகக் கூறினாள். ‘அது உன்னாலதான் முடியும்... அதுக்காகப் பொறந்தவந்தா நீ...’ என்று உசுப்பேற்றி விட்டாள்.

கானத்தின் வாசம் அவன் மேல் அடிக்கும் கத்தாழை நாற்றத்தை மெல்ல மெல்ல மாற்றிக் கொண்டிருந்தது. இலுப்பை மரத்திலிருந்து பீச்சியடிக்கும் பால் அவன் மேலெங்கும் மணந்தது. ஊணாங்கொடிகளும், சங்கம் புதர்களும், காரையும், சப்பாத்திக் கள்ளிகளும் செறையேறிக் கிடந்த பகுதியைத் தேர்ந்தெடுத்து, அரக்கி எடுத்துக் கொண்டிருந்தான். சேகேறிய முள்மரங்களின் அடித்தண்டில்

கோடாலி விழுந்து பிடுங்கியது. ராகமிழுத்துக் கொண்டு வீசும் அதன் வீச்சில் மென்னியை முறித்துக் கொண்டு விழுந்தன. முள்வாதுகளைக் கவைக்கோலால் சவுட்டி எடுக்கும் போது, மறைந்திருந்த பாம்புகள் பயந்தடித்தோட, செருப்புக் காலால் மிதித்து நசுக்கினான். எதிர்ப்பட்ட நரியை வெட்டி ஊணாங்கொடியில் தூக்கினான். காடாய் முளைத்திருந்த மப்பூடுகள் உடலெங்கும் பட்டு அரிப்பெடுத்துத் தடித்துப் போயின. அதில் வெயில் படும் போதெல்லாம் காந்தாளமாய் எரிந்தது.

உச்சி வெயிலில், புளிய மரத்து நிழலில் சாய்ந்து, தூக்குச் சட்டியில் அம்மா ஊற்றிக் கொடுத்த கம்மங்கஞ்சியை வெங் காயத்தைக் கடித்துக் கொண்டு குடிக்கும்போது உடம்பெல்லாம் புத்துணர்ச்சி பரவியது. வேட்டியைத் தலைக்கு வைத்துக் கொண்டு மெல்லச் சாய்ந்து படுத்ததால் தூக்கம் சொக்கியது.

சற்றைக்கெல்லாம் ஏதோ அரவம் கேட்டுத் திடுக்கிட்டு எழுந்தால், அவன் முகத்தை மோந்து பார்த்துக்கொண்டிருந்தன மூன்று செந்நாய்கள். பாய்ந்து அருவாளை எடுக்கவும், அவை புதருக்குள் ஓட்டம் பிடிக்கவும், சுழட்டி வீசினான். ஒன்று தலை துண்டாகி கீழே விழுந்து துடிக்க, மற்றவை சடுதியில் மறைந்தன.

ஒண்டியாய் முனியப்பன் கொம்புக்காட்டை அழித்துக் கொண்டிருக்கிறான் என்ற விசயம் இருபத்திநாலு நாடுகளிலும் பேச்சாகிப் போச்சு. அவனது துண்டரிக்கத்தைப் பார்த்து நாட்டுச் சனங்கள் வாய்மேல் கை வைத்துக் கொண்டார்கள். அவனைப் பற்றி வக்கணை பேசியவர்கள், இப்பொழுது பெருமை பேச, அம்மா சந்தோசத்தில் பூரித்துக் கொண்டிருந்தாள். வெத்திலையை வாயில் அதக்கிக் கொண்டிருந்த ஒருவன், “எப்படியோ தீ வெக்காம அழிச்சாச் செரி...” என்று புளிச் என்று வெத்திலைச் சாற்றைத் துப்பினான்.

காட்டை அழிக்க ஆரம்பித்ததும், ஒருசில விலங்குகள் பதட்டத்துடன் இடம் மாறிக் கொண்டிருந்தன. மற்ற விலங்குகள் கடுங்கோபத்துடன் இரவானதும் இரை தேடி நாட்டுக்குள் நுழைந்தன. முனியப்பன் அம்மாவின் சொல்லைத் தலைமேல் வைத்துக்கொண்டு இரவில் காவல்தடி கிலுங்க, நாட்டின் எல்லையில் அங்குமிங்கும் நடந்து கொண்டிருப்பான்.

நான்காம் சாமம் வரை அந்தப் பகுதி முழுக்கப் புழுதி பறந்து கொண்டிருக்கும். விடிகாலைப் பொழுதில் செந்நாய்களும், காட்டெருமைகளும், நாய்ச்சிறுவிலிகளும் தலை துண்டமாகிக் கிடக்க, தூக்கம் கண்களைச் சுத்தும். கொஞ்சம்போலக் கட்டையைச் சாத்திவிட்டு அப்புறம்தான் காட்டுக்குப் போக வேண்டுமென வீட்டை நோக்கி நடப்பான்.

களைத்துத் தூங்கும் மகனின் உடம்பையெல்லாம் பிடித்து விடுவாள் அம்மா. தாட்டியமான உடம்பு இப்படி இளைத்துப் போய்விட்டதேயெனக் குமுறியெழும் உணர்ச்சிகளைக் கட்டுப்படுத்திக் கொண்டு கால் முழுக்க அப்பியிருக்கும் நாயுருவிகளை எடுத்து விடுவாள். காய்ப்பேறிக் கரும்பாறையாய்க் கிடக்கும் கரடுமுரடான உள்ளங்கைகளை எடுத்துத் தன் முகத்தின்மீது வைத்துக் கொள்வாள். உடலெங்கும் குத்தியிருக்கும் சங்க முள்ளையும், சப்பாத்தி முள்ளையும் பதனமாகப் பிடுங்கி எடுப்பாள். சீப்பிடித்து வீங்கியிருக்கும் காயங்களை வெந்தண்ணியில் கழுவிப் பச்சிலை பூசி ரணமாத்துவாள். விளக்கு வெளிச்சத்தில் அவன் முகத்தையே வெகுநேரம்வரை பார்த்துக் கொண்டேயிருப்பாள். வாஞ்சையுடன் உடல் முழுக்க நீவுவாள். வெட்டுவாய் மூடியிருக்கும் பழைய காயங்கள் ஆறிப்போய் தடித்திருந்த தழும்புகள் மொந்தைகளாகக் கைகளில் அழுந்தும் போது அப்படியே மெய்மறந்து போய் நிற்பாள்.

கால்வாசிக் காட்டை அழித்த பிறகும்கூட யாரும் அங்கு போய் உதவி செய்ய முன்வரவில்லை. ஆனால் அவன் வீடு திரும்பும் போது, மானையோ, முயலையோ, காட்டுப் பன்றி, காட்டாடு, உடும்பு என்று பலவிதமான விலங்குகளைத் தோளில் போட்டுக் கொண்டு வரும்போது, சொள்ளூ விட்டுக் கொண்டு பங்கு வாங்கத் தயாராயிருந்தனர் சனங்கள். தேனடையின் ருசி சின்னஞ்சிறுசுகளின் நாக்கைச் சுழட்டிக் கொண்டிருந்தது.

அந்த நாலு நாடுகளின் முகங்களும் மாற்றமடைந்து கொண்டிருந்தன. முனியப்பன் மரங்களையும், மூங்கில் தூறுகளையும் பத்தைகளாகக் கட்டிக் கானகத்தை விட்டு இழுத்து வந்து, மேய்ச்சல் நிலங்களில் போட, நாட்டுச் சனங்கள் ஆளாளுக்குக் கட்டி எடுத்துக் கொண்டு போனார்கள். புதிய மூங்கில் வாறைகளிலும், முகட்டு விட்டங்களிலும் குடிசைகள் பசேலெனச் சிரித்தன. மரங்களை நெகுநெகுப்பாய்

இழைத்துக் கொண்டிருந்தார்கள் ஆசாரிகள். அந்தியில் வேலைக் காட்டிலிருந்து வீடு திரும்பும் பெண்கள் சுள்ளி பொறுக்கிக் கொண்டு போனார்கள். ஆடுகள் பயமின்றி மேய்ச்சல் நிலங்களில் உலவ, உருப்படிகள் அதிகமாயிருந்தன. தானியக்கதிர்கள் பூட்டை விட்டுக் கொண்டு காற்றில் துளும்பிக் கொண்டிருந்தன.

காட்டின் பாதிப் பகுதியை அழித்து விட்டான். இதுவரை எத்தனையோ விலங்குகளை அடித்தாகி விட்டது. சிறுத்தைப் புலிதான் கிடைக்கவில்லை. இதற்குள் இடம் மாறியிருக்குமென நினைத்துக் கொண்டாலும், அவ்வப்போது, கானகத்தில் விலங்குகளின் எலும்புகளும், சதைக்கறியும் சிதறிக் கிடக்கும். உறைந்துபோன ரத்தத்தில் புலியின் கால் தாரைகள் பதிந்திருக்கும். அதைப் பற்றிக் கொஞ்சமும் அலட்டலில்லாமல் மரங்களைச் சாய்த்துக் கொண்டிருப்பான். கண்டமேனிக்குக் கைகளைச் சுழட்டாமல், வாகு பார்த்துப் பதனமாய் வீசுகிற ஒருநிலைக்கு வந்திருந்தான். இந்த இரண்டு பௌர்ணமியில் மரங்களின் போக்கைப் பூரணமாய்க் கண்டு கொண்டான். எப்படி வளைத்துப் பிடித்தால் ஒரே வெட்டில் சாயும், எப்படிச் சுற்றியடித்தால் அருவாள் மேலே எழும்பும் என்கிற நெளிவு சுளுவுகளை அவன் உள்ளங்கை கப்பென்று பிடித்துக் கொண்டது.

அந்தப் பொழுது பண்டச் சந்தையில் நல்ல வியாபாரம். முனியப்பன் காலையில் கத்தாழம் பட்டைகளை வெட்டிப் போட்டு விட்டுத்தான் கானகம் போவான். அவன் இல்லாமல் அம்மா மட்டுமே கயிறு திரிப்பதால், குறைச்சலாகத்தான் கொண்டுவர முடிகிறது. ரெண்டு பேருக்குப் போதுமானது என்று முனகியவாறு வியாபாரத்தை முடித்துக் கொண்டு வெத்திலை வாங்கப் போனாள்.

வெத்திலைக் கடை பெரியண்ணனைப் பார்த்ததும் கண்டு பிடித்து விட்டாள். முனியப்பனின் அப்பா இருந்தபோது வெத்திலைக் காட்டுக்கு 'சம்பு' வாங்க வந்து போய்க் கொண்டிருந்த பழைய சொந்தக்காரர். பேச்சுக் கொடுத்து ஞாபகப்படுத்தியதும் அவர் கரிசனமாக விசாரித்தார். இருவரும் குடும்ப விசேசங்களைப் பகிர்ந்து கொண்டார்கள்.

அவருக்குக் கல்யாண வயசில் பெண் இருக்கும் விசயம் தெரிந்ததும், மிகவும் சந்தோசத்துடன் வீடு திரும்பினாள்

அம்மா. மகன் கொண்டு வந்திருந்த தேனடை சந்தோசத்தை இன்னும் பல மடங்காக்கியது.

சந்தைக்கு அவள் கட்டில் கயிறு கொண்டு வரும் போதெல்லாம், சொந்தத்தைப் புதுப்பித்துக் கொள்வாள். வெத்திலைக் கடையில் உள்ள கூட்டமும், பெரியண்ணனின் சுறுசுறுப்பும், வியாபார நுட்பமும், அவரது மனைவியின் கள்ளங் கபடமற்ற சிரிப்பும் அவளுக்கு ரொம்பப் பிடித்திருந்தது. கயிற்றுச் சுருணைகளை விற்று முடித்ததும், அவளும் கொஞ்சம் வெத்திலைக் கடையில் வந்து உட்கார்ந்து கூடமாட உதவி செய்வாள்.

செம்பகத்தின் அம்மாவிடம் பெண்ணைப் பற்றி நைசாக விசாரித்தாள். “நெருப்பை மடியிலே கட்டிட்டு இருக்கற மாதிரியிருக்குது... அவளை ஒருத்தன் கையிலே புடிச்சுக் குடுத்திட்டா நம்ம கடன் தீந்துபோயிரும்னு பாத்தா... நேரங்காலம் வரமாட்டேங்குது...” என்று புலம்புவாள். அப்போதெல்லாம் அம்மாவுக்கு வார்த்தைகள் தொண்டைக் குழியில் கிடந்து துடிக்கும். வீட்டுக்குத் திரும்பும்போது, பொடி வெத்திலை ஒரு கவுளி எடுத்துக் கொடுப்பாள் பெரியண்ணன் மனைவி.

அம்மாவும் அப்பாவும் சந்தைக்குப் போய்விடும் பொழுதறிந்து இளவட்டங்கள் செம்பகத்தின் வீட்டின் மேல் நோட்டம் விட்டுக் கொண்டிருந்தார்கள். அப்படியான ஒரு பொழுதில் பக்கத்து நாட்டுக் கொத்துக்காரனின் மகன் பொன்னிங்கிரி வந்து சேர்ந்தான்.

பொன்னிங்கிரியை நாட்டுச் சனங்கள் ‘பொன்னிங்கிரி... கின்னிங்கிரி..’ என்றுதான் வக்கணை பேசுவார்கள். கின்னிங்கிரி என்று மணியடிக்கும் சத்தத்தைக் கைகளால் ஆட்டிக் காட்டு வார்கள். எப்பேர்ப்பட்ட வசமாகாத பெண்ணையும் மணியடித்து வசக்கி விடுவதில் பெரிய கைகாரனாய் விளங்கியதால்தான் அந்தப் பட்டப்பெயர்.

வெத்திலைக் கொடிக்கால் வேலைக்குப் பெரியண்ணனைக் கூப்பிட வந்திருப்பதாகப் பேச்சுக் கொடுத்தான். அவனிட மிருந்து மருக்கொழுந்து வாசம் கமகமத்தது. அவளுக்கு மருக்கொழுந்து என்றால் ரொம்பவும் பிடிக்கும். அவளது அம்மா சந்தையிலிருந்து வரும்போது ஆசையாக வாங்கி

வருவாள்.

தனது நாட்டு விசேசங்கள் பற்றிக் கதையடித்துக் கொண்டிருந்தான். வெயில் கொளுத்திக் கொண்டிருந்தது. தங்களது நாட்டில் எப்பவும் வெக்கையடிக்காதென்றும், பூமி சேறெழும்பிக் கொண்டிருக்குமென்றும் பேசினான். சற்றைக்கெல்லாம் அவள் முகம் வேர்த்துப்போக, வெத்திலைக் கொடியின் தளதளப்பு, வெக்கையிலே கருகும் கோலத்தைச் சொல்லி மருகினான்.

அவர்கள் சற்று நேரம் வரை பேசிக் கொண்டிருக்கும்போது மேகம் நகர்ந்து பொழுதை மறைக்க, வெயில் தாழ்ந்தது. அவன் பேச்சோடு பேச்சாக, "இந்த வெயில்லே நின்னா நீ கருத்துப் போயிருவேன்னு முகிலு வந்து கொடை புடிக்குது பாரு…" என்று அடித்தான் ஒரு அடி. அவ்வளவுதான், வெட்கம் முகமெங்கும் சிலீர் எனப் பாய்ந்து கன்னம் நெறந்து போய் விட்டது செம்பகத்துக்கு. வீட்டுக்குள் ஓடிப்போய் விட்டாள்.

ஒரு பொழுது பெரியண்ணனின் வீட்டுக்குப் போயிருந்தாள் அம்மா. கணவனும் மனைவியும் மிகுந்த பிரியத்தோடு உபசரித்தார்கள். மஞ்சக் குளிச்சி விட்ட நிறத்தில் சொலித்த செம்பகத்தைப் பார்த்ததும் பூரித்துப் போய் விட்டாள் அம்மா. 'பொண்ணு நெறந்தா பொழப்புக்கு ஆகாது' என்னும் சொல் அவள் அடிமனசில் எழுந்தாலும், 'கொமுரி நெறந்தா குடிசைக்கு விளக்கு' என்று சமாதானப் படுத்திக் கொண்டாள்.

செம்பகம் வெத்திலையின் நுனியைக் கிள்ளிக் கன்னப் பொட்டில் ஒட்டிக்கொண்டு, வெத்திலை மென்றுகொண்டிருந்த நல்ல வெயில் பொழுதில், மருக்கொழுந்து வாசம் கமகமத்தது.

"செம்பா, நீ என்ன நெலாவா..?" என்றான் பொன்னிங்கிரி.

"ஏன்…?"

"இல்ல, பொம்பளைக நெத்தியில பொட்டு வைப்பாங்க… நெலாதான் கண்ணாம்பட்டையிலே பொட்டு வெக்கும்…" என்று புன்னகைக்க,

அவள் வெட்கத்துடன் சிரித்தாள், "அது பொட்டில்லே…

வெத்தலை தளவு...”

“ஓகோ...”

“அதைக் கிள்ளிக் கண்ணாம்பட்டையிலே வெச்சா நல்லா நெறக்கும்னு சொல்வாங்க...”

“நீதான் ஏற்கனவே நெலா மாதிரி நெறந்துட்டிருக்கறே... இதுக்குமேலயும் நெறந்தா... ஏறுபொழுதைப் பாக்கற மாதிரி கண்ணெல்லாங் கூசும்... அம்மாடியோவ்..” என்று கண்களை இடுக்கி இளித்தான்.

“ச்சீ, போங்க...” என்று வெட்கத்தில் தளுக்கினாள் அவள்.

வீட்டு வாசலில் கிளை பரப்பியிருந்த வேப்ப மரக்கிளைகளில் வீசிய வெப்பக்காற்று, அவன் தலைமுடியை உலுப்பியது. கைகளால் கோதிக்கொண்டே, “செம்பா... எனக்கு அந்த வெத்தலைப் பொட்டைத் தர மாட்டியா...” என்றான் அவன்.

“அது எதுக்கு...?”

“ராவெல்லாம் தூக்கம் வர மாட்டேங்குது... அதை நான் வெச்சிட்டா, நீ என் பக்கத்திலேயே இருக்கிறேன்னு, உன் நெனைப்பிலேயே படுத்துக்குவேன்...”

“உங்களுக்கு வெற பொழப்பேயில்லே...” என்று கன்னம் சிவக்க வெளியே பார்த்தாள் அவள். அந்திப் பொழுது வெட்கப்பட்டுக் கொண்டிருந்தது.

பெரியண்ணனின் மற்ற பெண்களைப் பற்றிக் கரிசனத்துடன் விசாரித்தாள் அம்மா. தங்களது இரு குடும்பங்களுக்கும் போன தலைமுறையிலிருந்த சொந்த பந்தங்களை ஞாபகப்படுத்தினாள். பதினாறு நாடுகளும் பெருமைப்பட்டுக்கொள்ளும் முனியப்பனின் ஒண்டியான உழைப்பு குறித்துப் பெருமையடித்துக் கொண்டாள். அவர்களுக்கும் முனியப்பனைப் பற்றிய பேச்சு பெருமைப் படக்கூடிய விதத்தில் எட்டியிருந்தது. தனது தொழில், வீடு, மாடுகன்றுகள் என அவ்வப்போது பதினெட்டாங்கரத்தில் காய் நகர்த்துவது போல சாமர்த்தியமாகப் பேசிக் கொண்டேயிருந்தவள், ஒரு பொழுதில் பரிசம் போட்டு விட்டாள்.

"அந்தக் கத்தாழை நாத்தம் புடிச்சவனைத்தா கண்ணாலங் கட்டிக்கப் போறியா..?" என்றான் பொன்னிங்கிரி. வெறுமையாய்ப் பார்த்துக்கொண்டே கன்னத்தில் கை வைத்தபடி கதவின் நெலவுகால் மேல் உட்கார்ந்திருந்தாள் செம்பகம்.

வெத்திலைக் கொடிக்கால் நிழலில் நல்ல நேம்பாக இருந்தவள், அந்த வெக்கையடிக்கிற பூமிக்குப் போய் வெந்து சாகும் துயரத்தை வார்த்தைகளில் வடித்தான். அவன் போன பிறகும் மருக்கொழுந்து வாசம் கமகமத்துக்கொண்டேயிருந்தது.

ஒரு வழியாய் கானகத்தின் முக்கால் பகுதியைக் கழித்துக் கட்டியிருந்தான் முனியப்பன். இதே சாரியில் போனால், ஒரு பௌர்ணமிக்குள் முடித்து விடலாமெனக் கணக்குப் போட்டுக் கொண்டு ராகமாகக் கோடாலியை விசிறிக் கொண்டிருந்தவனை, சங்கம் புதரில் ஒளிந்து வாகு பார்த்துக் கொண்டிருந்தது சிறுத்தை.

கல்யாண வேலைகள் தலைக்கு மேலிருந்தன. தினைமாவு இடித்துக் கொண்டிருந்தாள் அம்மா. காட்டுக்குப் பிற்பாடு போய்க்கொள்ளலாமென்றும், இப்போது, தென்னந் தடுக்குகள் பின்ன வேண்டுமென்றும், தென்ன மட்டைகள் வெட்டி வரச் சொல்லிவிட்டாள் அம்மா.

சந்தையில் அம்மா வாங்கி வந்திருந்த புதுக் கட்டிலை நல்ல நிகுநிகுப்பான கயிற்றுக் சுருணையில், பொட்டி பொட்டியாகக் கோட்டைப்புனி புனைந்து அரசபோகமாகப் போட்டுக் கொண்டிருந்தான் புது மாப்பிள்ளை.

"நீ இன்னும் புள்ளயப் பார்க்கவேயில்லையேடா... போய்ப் பார்த்துட்டு வந்துரு... போ..." என்றாள் அம்மா. அவன் தயங்கவே அவள் ஒரே கட்டாயமாக அவனை வற்புறுத்தி அனுப்பி வைத்தாள், "நீ வந்திருக்கிறேன்னு தெரிஞ்சா புள்ள ஓடி ஒளிஞ்சுக்கும்... மறைவாப் போயிட்டுவா..."

வேப்ப மர நிழலில் உட்கார்ந்து கொண்டு செம்பகமும் அவளது அக்காவும், அம்மாவும் வெத்திலை கவுளி பிடித்துக் கொண்டு இருந்தார்கள். கல்யாண வேலைகளுக்காக முந்தியே வந்து விட்ட அவளது பெரிய அக்கா, தனது நாட்டு விவகாரங்களைப் பற்றி பெருமையடித்துக் கொண்டிருந்தாள்.

எதிலும் லயிக்காமல் சூடேறும் வெயிலையே முறைத்துப் பார்த்துக் கொண்டிருந்த செம்பகத்தை அம்மா அதட்டினாள். 'மாமன் நெனப்பு வந்திருச்சி' என்று கேலி பேசினாள் அக்கா.

செம்பகம் எதுவும் பேசாமல் கழிவெத்தலையைத் தூக்கிக் கொண்டு போய் ஆடுகளுக்குக் கொட்டினாள். அப்பொழுதுதான் உணர்ந்தாள். மெல்ல வீசிய காற்றில் கத்தாழை வாசனையடித்தது.

திடுக்கிட்டவள் மூக்கைச் சுழித்துக் கொண்டு, சுற்றிலும் பார்த்தாள், யாரும் இல்லை. பிரமையாயிருக்குமெனக் கொடிக் கால் பக்கம் நடந்தால் வாசம் குப்பென்று வீசியது. கொடி படர்ந்திருந்த முருங்கை மரங்கள் பதட்டத்துடன் ஆடின. பயந்து போனவளாய் அண்ணாந்து பார்க்க, அங்குமிங்கும் ஆடிய மரம் சடக்கென முறிந்து, இன்னொரு மரத்தின் மீது விழுந்து சாய, மரத்தோடு ஒரு கரிய உருவம் கொடிக்கால் சேற்றில் விழுந்தது.

கீச்செனக் கத்திக் கொண்டு வீட்டை நோக்கி ஓடினாள் செம்பகம். பெண்கள் பதறிக்கொண்டு வந்து பார்க்க, கொடிக் கால் நடுவே சேறு பூசிக்கொண்டு நிற்கும் கொழுந்தனாரைப் பார்த்து விழுந்து விழுந்து சிரித்தாள் செம்பகத்தின் அக்கா.

முனியப்பன் செம்பகத்தைப் பார்த்த கோலத்தை அவனது அம்மா நாட்டுச் சனங்களிடம் சொல்லிச் சிரித்துக் கொண்டிருந்தாள். அந்தச் சிரிப்பு அடங்குவதற்குள், என்ன மாய்மாலம் நடந்ததோ, பொன்னிங்கிரியுடன் ஓடிப்போனாள் செம்பகம்.

நாடு முழுக்க 'பொன்னிங்கிரி...கின்னிங்கிரி...' என்று மணியடித்துக் கொண்டிருந்தார்கள் சனங்கள்.

அழுதழுது முகம் வீங்கிப் போயிருந்தது செம்பகத்தின் அம்மாவுக்கு, "கண்ணிலே வெச்சு வளத்தினனே... பாவி முண்டே... என் நெஞ்சிலே கல்லைத் தூக்கிப் போட்டுட்டுப் போயிட்டாளே..."

"இல்லே அவளுக்கென்ன தெரியும்... ஒண்ணுந் தெரியாத என் ராசாத்தியே அந்தச் சண்டாளப் பாவிதா மயக்கீட்டா... டேய் நீ நல்லாயிருப்பியா..."

"எம் பொண்ணை மை வெச்சிக் கூட்டிட்டுப் போயிட்டானே... சண்டாளா, உன்னை நல்ல பாம்பு புடுங்க... சாமீ... காளியாத்தா... இதை நீதாங் கேக்க வேணும்..." என்று ஒப்பாரியாய் ஓலமிட்டுக் கொண்டிருந்தாள்.

முனியப்பனின் அம்மா ஓரமாய் உட்கார்ந்து அழுது கொண்டிருந்தாள். முகமெங்கும் துக்கம் கட்டுக்கடங்காமல் ஏறியிருந்தது. மகனைக் கல்யாணக் கோலத்தில் பார்க்க முடியாததை எண்ணிக் குணங்கிக் கொண்டிருந்தாள். சொந்த பந்தம் ஆறுதல் படுத்திக் கொண்டிருந்தார்கள்.

முனியப்பன் இதுநாள்வரை அப்படியொரு அதிர்ச்சியைக் கண்டவனில்லை. அவமானத்தால் கூனிப்போயிருந்த அவனது நெடிய உருவத்தில் மீசை கிடந்து துடித்தது. உடல் முழுக்க விண்விண்ணென்று ஆக்ரோசம் கூடிக்கொண்டேயிருந்தது. இது கனவாயிருக்கக் கூடாதா என்று கதறியது அடிமனசு. அள்ளையில் சொருகியிருந்த அருவாள் பொங்கிக் கொண்டிருந்தது. கோபமும், துயரமும், ஆவேசமும் அவனது கைகளில் வெறுமையாய் நெரிந்து கொண்டிருந்தன.

செம்பகம் ஓடிப்போய் ஒரு பௌர்ணமிக்கு மேலாகி விட்டது. முனியப்பன் ஏரிக்கரைகளிலும், மேய்ச்சல் நிலங்களிலும் பிரமை பிடித்தவன் போல சுற்றிக் கொண்டிருந்தான். கத்தாழங்காட்டின் பட்டைகளை ஆவேசத்தில் வெட்டித் தள்ளிக் கொண்டிருந்தான். பட்டைகளைக் கத்தை கட்டி, குட்டைத் தண்ணியில் தூக்கிப் போட்டு விட்டு, ஆடுகளை ஓட்டிக் கொண்டு மேய்ச்சல் நிலத்துக்குப் போவான். அந்திப் பொழுதில் ஒண்டியாய் உட்கார்ந்து கொண்டு செக்கர் வானத்தையே வெறித்துக் கொண்டிருப்பவனைப் பதினெட்டாங்கரம் விளையாட அழைப்பார்கள் சிறுவர்கள். அவர்களைப் பதிமூணு காயில் கட்டிப் போட்டு மீதமிருந்த காய்களைக் குலுக்கிக் கொண்டு சிரித்தான். மெல்ல மெல்லச் சிரிப்பு திரும்பிக் கொண்டிருந்தது அவனுக்கு.

செம்பகமும் பொன்னிங்கிரியும் நாடு திரும்பி பொன்னிங் கிரியின் வீட்டில் இருவரும் வசித்துக் கொண்டிருக்கும் விசயம், காற்றில் கசிந்தாலும், அவன் காதுகளில் ஏறவேயில்லை.

அம்மா தட்டுக் கோலால் நார் உரிக்க, அவன் தொடையில் தேய்த்துத் தேய்த்து கயிறு திரிக்க, சுருணைகள் குமிந்தன.

கைவீச்சில் சொடுக்கிச் சொடுக்கி பழைய பொழுதை மறுபடியும் கண்முன்னால் கொண்டு வந்து நிறுத்தும் அற்புதத்தை நிகழ்த்தினான்.

பழைய உற்சாகம் தொற்றிக் கொண்டு நாட்டுச்சனங்களிடம் பலமை பேசிக்கொண்டிருந்த அம்மாவின் சந்தோசத்தில் எல்லாவற்றையும் மறந்து விட்டான். அவன் தலைக்குமேலே இன்னும் அழிபடாமல் நின்றிருக்கும் கொம்புக் காட்டின் உறுமல் காதுகளுக்கு எட்டாமலேயே தூங்கிப் போனவனுக்கு ஒரு கனா வந்தது.

பதினெட்டாங்கரம் விளையாடிக் கொண்டிருக்கிறான் முனியப்பன். எதிராளியின் கட்டத்தில் உள்ள சிறுத்தைப் புலிக்கு உயிர் வந்து அவன் மேல் பாய்கிறது. காய்கள் சிதறியோட சரக்சரக்கெனப் பல்வேறு முனியப்பன்களாக மாறிக் கட்டங் களில் துரத்தித் துரத்தி அருவாளை எடுத்து வீசுகிறார்கள். ரத்தம் கானகமெங்கும் வழிந்தோடுகிறது. அது ரத்தம் இல்லை. வெத்திலை எச்சில். ஆவேசத்தில் மருள் வந்து துடிக்கிறான் முனியப்பன். ஆடுகள் துலுக்குகின்றன. பீச்சியடிக்கும் ரத்தத்தில் வெத்திலை எச்சில் மறைகிறது. தாகம் அடங்காமல் நாக்கை நமுண்டிக்கொண்டு உருண்டு புரள்கிறான். காடுகரைகளில் அழிமாட்டம் செய்யும் எருமைக்கடா மீது அருவாளை வீச தலை துண்டாகிறது. எருமைத் தலை மனிதத் தலையாக மாற, கொம்புகளின் மீது காலை வைத்து மிதிக்கிறான். தாரை தப்பட்டை முழங்க, பல்லக்கில் ஏற்றிக்கொண்டு போகிறார்கள் அவனை. பல்லக்குகள் அதிகமாக அதிகமாக நாடுகளும் பெருகிக் கொண்டே போகின்றன. எல்லா நாட்டுக் பல்லக்குகளிலும் முனியப்பனே விதவிதமான ஆடைகளில் உட்கார்ந்திருக்கிறான். ஒரு முனியப்பன் வேட்டைக்குப் போக, இன்னொருவன் கோட்டைக்குக் காவலிருக்க, ஏரியிலும், களத்து மேட்டிலும், கண்ணி வாய்க்கால் கரையிலும் காவல் தடி கிலுங்குகிறது. அதன் சலங்கைச் சத்தம் பனைமரத்திலிருந்து புளிய மரத்திற்குத் தாவுகிறது. வேப்ப மரத்திலிருந்து இலந்தை மரத்திற்குத் தாவும்போது, நாட்டைச் சுற்றிலும் முட்கள் வேலியாய் அடைகின்றன. வேலிச் சந்துக்குள் நுழைந்து நுழைந்து சீறிக்கொண்டு வரும் பாம்புகளைப் பிடித்து உடலெங்கும் மாலையாகப் போட்டுக்கொள்ள அவனது கத்தாழை வாசனையில் ஒடுங்குகின்றன. சுங்கு விட்டுக் கட்டிய தலை உருமால் பளீர் பளீரென மின்னுகிறது. மீசையின் விறைப்பில் எலுமிச்சங்கனி

நின்றிருக்க, நெட்டுக்குத்தாய்ப் பிடித்திருந்த அருவாளின் அள்ளைவாய், ரத்தத்தில் துவைந்திருக்கிறது. மேய்ச்சல் வயலில் செந்நாய்களைத் துரத்திக் கொல்லும் சிறுவர்களை 'முனியப்பன்' என்று பட்டப்பெயர் வைத்து அழைக்கிறார்கள். நாட்டுக்குத் தீங்கு செய்யும் போக்கிரிகளை வெட்டி ரத்தங் குடிக்கும் இளவட்டங்களின் முகம் முனியப்பனாக மாறுகிறது. முனியப்பன்கள் பெருகிக் கொண்டேயிருக்கிறார்கள். முனியப்பனுக்கு உருவு செய்யும் கல்யாணமாகாத குயவன் கானகத்திலிருந்து செம்மண்ணும் ஏரியிலிருந்து களிமண்ணும் எடுத்து வந்து பிணைகிறான். திடம்பலான தசைகளையும், சீறியடிக்கும் மருளையும் திக்கெல்லாம் அதிரும் ஆவேத்தையும் குழைத்துப் பூசுகிறான். பித்துப் பிடித்தவன் போலக் கைவிரல் நகங்களெல்லாம் பிய்ந்துபோக, உயிர்ச்சீவனை ரத்தத்தில் கரைத்து, உருவினுள் புகுத்தும் வித்தை செய்கிறான் குயவன். உருவுக்குள் பரவுகிறது இடுப்புச்சூடு. பொழுது, உருவுக்குள் மடங்கி உட்கார்ந்து பொழுதைப் பார்த்துச் சிரிக்கிறது. வேலையெல்லாம் முடிந்தும் சுண்டுவிரலுக்கு மண் எங்கும் கிடைக்கவில்லை. கானகத்தில் மண் எடுக்க முடியாமல் மரங்கள் தலை துளும்பிக் கொண்டிருக்கின்றன. "முனியப்பா உன் உருவை நினைவில் தேக்கி உயிர்ச் சூட்டைக் கண்ணில் கட்டி நிறுத்தியிருக்கிறேன். சுண்டு விரலுக்கு மண் வேண்டும்... சீக்கிரமே உருவுக்குக் கண் திறக்க வேண்டும். கானகத்துக்குப் போ...போ..." என்ற சத்தம் காது சவ்வுகளில் பறையடிக்க, திடுக்கிட்டு தூக்கத்திலிருந்து எழுந்தான் முனியப்பன.

ஊமை வெயில் அடித்துக் கொண்டிருந்தது. வானம் முட்டாக்குப் போட்டது போல வெளிச்சம் மங்கி, வெப்பக் காற்று பசேலன மாறியடித்ததில் மேய்ச்சல் நிலத்தின் பசுமை பொங்கியது. ஆடுகள் குதியாளம் போட்டுக் கொண்டிருந்தன. அம்மாவிடம் சொல்லி விட்டு கொம்புக் காட்டை நோக்கி நடந்தான் முனியப்பன்.

முனியப்பனின் கை ஆவேசத்தில் சுழன்று கொண்டிருந்தது. அத்துவானமாய்ச் சாய்ந்து கொண்டிருந்தன மரங்கள். இடையில் வராமல் போனதில், துளிர்த்திருந்த தூறுகளைக் கால்களில் நசுக்கினான். ஒரு பௌர்ணமிக்குள் கானகத்தை அழித்து விடலாமென்று மனசுக்குள் கணக்குப் போட்டுக் கொண்டே நாக்கை நமுண்டிக் கொண்டு அருவாளை வீசிக் கொண்டிருந்தான்.

ஆயிற்று. ஒருவழியாய்க் கானகத்தை முழுமைக்கும் அழித்து விட்டான். இன்னும் நாலு செரகுக்காடுதான் இருக்கும் என்று நோட்டம் பார்த்தவன், இன்றைக்கு எந்நேரமானாலும் முழுசாக முடித்து விட்டுத்தான் போவதென்ற உறுதியோடு, கைகளில் எச்சிலைத் துப்பித் தேய்த்துக் கொண்டு அருவாளைச் சுழட்டினான்.

வெயில் ஏறிக்கொண்டிருந்தது. வாகாக செறையெடுத்து விட்டு, மிடுக்காய்த் தலையைப் பரப்பிக் கொண்டிருந்த குடை வேலமரத்தின் அடிப்பட்டைகளை ஆசையாக நீவிவிட்டான். இதமாக இருந்த நிழலில் சாய்ந்து கொண்டு, தேன்சிட்டு ஓரிடத்தில் நிற்காமல் போகும் அழகை ரசித்தான். செம்போத்து ஒன்று கூவியது. ஈஞ்சமரத்தின் கருக்குகளை மெல்லப் பதமாகச் சீவி வீசினான். அணில் குட்டி ஒன்று வாலைத் தூக்கிக்கொண்டு அவனை எட்டியெட்டிப் பார்த்துக் கொண்டு போனது. மரத்துக்கேற்ப நிறம் மாறும் பச்சோந்தி கண்களைச் சுழட்டிக் கொண்டே நகர்ந்தது. றெக்கை முளைக்காத காக்காக் குஞ்சுகள் சிதறி வீழ்ந்திருந்தன. ஒரு பொழுது, அவைகளின் வசிப்பிடத்தை அழித்ததை நினைத்து வருத்தப்பட்டான். தூக்கணாங் குருவிக் கூட்டின் நெசவைப் பார்த்து வியந்தும் துயரத்துடனும் கானகத்துக்குள் ஆழ்ந்து கொஞ்சம் கொஞ்சமாய் மரங்களோடு மரங்களாக மாறிப்போய் நின்றிருந்தான்.

பின்னால் சருகுகள் சரசரக்கும் ஓசை கேட்டது.

சடக்கெனத் திருப்பிப் பார்த்தால்... எதிரில் செம்பகம் நின்று கொண்டிருந்தாள்.

"மாமா...மாமா..." என்று கத்திக் கொண்டு முகத்தைக் கைகளால் அடித்துக் கொண்டு கதறினாள். அவனுக்கு ஒன்றும் விளங்கவில்லை. ஆனாலும் ஒரு பெண்ணின் கதறல் அவனது ஆக்ரோசத்தை உசுப்பியது. தேம்பித் தேம்பி அழும் அவளது அழுகுரல், அவனது உடம்பெங்கும் ரத்த ஓட்டமாகப் பாய்ந்தது.

இந்த மூன்று பௌர்ணமியில் கண்ணெல்லாம் இடுங்கிக் கருத்துப் போய் முகம் பொலிவிழந்து கழிவாட்டு வெத்திலை போல வதங்கிப் போயிருந்தாள். தளதளப்பான உடம்பு மங்கிப்போய் நொந்து நொம்பலாகியிருந்தது.

“மாமா... அவ தெனமும் குடிச்சிட்டு வந்து என்னை ஒதைக்கறா மாமா... இங்கிருந்து ஓடிப்போயிடு, ஓடிப்போயிடுன்னு சாட்ட வார்லேயே அடிக்கிறா மாமா... தெனமும் பண்ற சித்தரவதைக்கு அளவேயில்லே மாமா...” என்று காலில் விழுந்து கொண்டு அழுதாள்.

அவள் முதுகில் பழுத்திருந்த ரத்த விளாறுகளைப் பார்த்ததும் அவனுக்குக் கொத்துக் கொத்தாய்ச் செங்குளவிகள் பாய்ந்து வந்து கடித்தாற்போல உடம்பெங்கும் கிர்ரென நெறியேறியது. அவளது கண்ணீர் கால் பாதங்களில் பட்டுச் சுடு தண்ணியாய்க் கொதிக்க, தலைக்குமேலே வெயில் பொரிந்தது. அருவாள் பிடியை இறுக்கி நெரித்தான்.

“நான் எங்கே போவேன்னு அழுதா எங்காச்சி போயி உலுந்து சாவு... இல்லேன்னா நானே கொஞ்சம் கொஞ்சமாக் கொன்னு போடுவேன்னு கை கால்லெல்லாம் சூடு வெக்கறா மாமா... நான் எங்கே உலுந்து சாவுட்டும்... சொல்லு மாமா...” என்று சீலையை விலக்கிக் கணுக்காலைக் காட்டினாள்.

வாழைமரத்தின் அடித்தண்டு போல பளபளத்திருந்த காலின் ஆடுசதையில் விரல்கட்டையளவு கோடுகள் நீர் சொதம்பி ரத்த விளாறாய்ச் சீம்பிக் கொண்டிருந்தன. அவனுக்குள் சங்கம் புதர் சலசலத்தது.

“டே ஏஏஏய்ய்...” முனியப்பனின் ஆவேசம் அந்தக் கொய்புக் காடெங்கும் எதிரொலிக்க, அருவாளைச் சுழட்டி ஒரே வீச்சு... அகோரப் பசியிலும், கடுங்கோபத்திலும் செம்பகத்தை கவ்விக் குதறுவதற்காக, ஆவேசத்துடன் சங்கம் புதரிலிருந்து ஒரே பாய்ச்சலாகப் பாய்ந்த சிறுத்தைப் புலியின் தலை துண்டமாகி விழுந்தது.

முனியப்பனின் முகமெங்கும் ரத்தம் பீச்சியடித்தது. முண்டம், கானகம் முழுதும் புரட்டிப் புரட்டியடித்தது. காடு கரைகள் முழுக்கக் கூப்பாடு போட்டுக் கொண்டு ஓடினாள் செம்பகம்.

மொட்டை வெயில் பொசுங்கிக் கொண்டிருந்தது. நாட்டு எல்லையில் காத்துக் கொண்டிருந்தான் முனியப்பன். மருள் வந்தவன் போல உடம்பெங்கும் துலுக்கெடுத்துக் கொண்டிருந்தது. தீச்சுளுந்துகளாய் கொழுந்து விட்டு எரிந்து

கொண்டிருந்த கண்களை இடுக்கிக் கொண்டு, ‘வழித்தடத்தில் யாரும் வருகிறார்களா’ என்று சுற்றிலும் நோட்டம் பார்த்தான்.

“ஏண்டா கம்னாட்டி, பொம்பளையக் கூட்டிட்டு ஓடத் தெரியுதில்லே... அதே மாதிரி அவளைக் கடைசி வரைக்கும் கண் கலங்காம வெச்சிக் காப்பாத்தவும் தெரிய வேணும்...” ஆவேசமான குரலெடுத்துப் பேசிக்கொண்டே பற்களை வெறுகிக் கொண்டிருந்தான்.

“நம்பவெச்சிக் கூட்டிட்டுப் போனியில்லே.. பதனமா வெச்சுப் பொழை..”

ஒரு வெங்கச்சாங்கல்லை எடுத்து வைத்து அருவாளைச் சாணை தீட்ட ஆரம்பித்தான். மேலும் கீழும் இழுக்கும்போது தீப்பொறி பறந்தது. அதன் அள்ளை வாயை நிரவிக் கூர் பார்த்ததில் ரத்தம் பீச்சியடித்தது.

“டேய் எனக்குப் பொழப்புன்னு ஒண்ணும் இனிமே கெடையாது... என்னைப் பத்திக் கவலையில்லே... செம்பகம் நல்லாருக்க வேணும்... அவளை நீதான் வெச்சிப் பொழைக்க வேணும்... அவ அழுகப்படாது...”

அருவாளை நெரித்துக் கொண்டு அங்கும் இங்கும் நடந்தான். செருப்புக் கால்கள் தொம் தொம்மென்று மண்ணைப் பிளந்து புழுதி கூட்டின. அந்தப் பகுதி முழுவதும் ஒரே மண்புழுதி ஆள் உயரத்துக்கு எழும்பியது.

“இல்லே, அவளோட பொழைக்க முடியாதுன்னு சொல்லு... உன்னை வெட்டிப் பொலி போட்டுர்ரேன்..” என்று அடித் தொண்டையில் கத்திக்கொண்டே கையைச் சுழட்டி வீசினான். புழுதியைக் கிழித்துக்கொண்டு சீறியது அருவாள்.

கல்யாண விசேசத்துக்கு ராசிபுர நாட்டுக்குப் போயிருக்கும் பொன்னிங்கிரி தன் நாடு திரும்பும்போது எல்லையிலேயே மடக்கி, இரண்டில் ஒன்று முடித்து விடுவதென வழித்தடத்தைப் பார்த்துக் கொண்டு காத்திருந்தான் முனியப்பன்.

அனல் காய்ச்சும் வெயில் பட்டு, அவனது கருத்த உடலில் வழிந்தோடும் வேர்வைத் தண்ணியில் பம்மிக் கொண்டி ருந்தது பொழுது. முகமெங்கும் உக்கிரமாய் மீசை துடிக்க, அவனை எதிர்பார்த்து வழித்தடத்தைக் கண்காணித்துக் கொண்டே யிருந்தான். சுழன்றடிக்கும் புழுதிக்கு நடுவே

கண்ணில் பட்டது, எல்லையோரம் உயரமாய் போட்டிருந்த தொலாக்கல்.

ஒரே எட்டில் போய் அதன் திண்டில் உட்கார்ந்து கொண்டவன், அருவாளை நெட்டுக்குத்தாய் பிடித்துக் கொண்டு வழித்தடத்தின் உச்சாணியில் கண்வைத்தான்.

அவன் கை அருவாள் பிடியை இறுக்கி நெரித்துக் கொண்டி ருக்க பற்களை நறும்பிக் கொள்ளும் சத்தம் கேட்டுக் கொண்டே இருந்தது.

"**க**ல்லு மேலே போயி உக்காந்த முனியப்பன் அப்படியே சாமியாய்ட்டாரு... அன்னியிலேருந்து, தன்னை இமுசு பண்ற ஆம்பளைகளப் பத்தி, பொம்பளைக அங்கே போயி முறையீடு வெப்பாங்க... தன்னை சித்தரவதை பண்ற புருசங்காரனப் பத்தி பொண்டாட்டிமாரு போயி அளுவாங்க..."

"அப்புறம்...?"

"கூடிய சீக்கிரமே அதுக்கான அறிகுறி காட்டுவாரு முனியப்பன்..."

"ம்.."

"அதுமட்டுமில்லடி, ஒண்டி முனியப்பன் கோயில்லே போயி உலுவறேன்னு சொன்னாலே போதும்... ஆம்பளைக வாலைச் சுருட்டிக்குவாங்க..." இருவரும் சேர்ந்து சிரித்தார்கள்.

"ஏம் புள்ளகளா... ஞாயம் பேசீட்டே பின்னாடி தளுங்கிப் போயிட்டீங்க... வெரசலா எடுத்துட்டு வாங்க..." என்று முன்னாடி வயலிலிருந்து சத்தம் போட்டாள் காட்டுக்காரி.

பொழுது இறங்கிக் கொண்டிருந்தது.

(நன்றி: புதியபார்வை)

பாட்டப்பன்

ஊரெங்கும் வெக்கையடித்துக் கொண்டிருந்தது. மழை மாரி பொய்த்துப் பல வருடங்கள் கழிந்ததில் காடுகரைகள் வெம்பிக் கிடந்தன. பச்சையெல்லாம் கருகிப்போய் வெயில் காந்திய சருகுகளின் சரசரப்பில் திசைகள் அதிர்கின்றன. வானத்தை முட்டுகிற உயரத்தில் மிடுக்காய் உட்கார்ந்திருந்த பாட்டப்பனின் கருத்த திரேகத்தில் பட்டு அனலோடியது பொழுது.

கோயில் பாழடைந்து கிடந்தது. முன்வாசலில் நட்டு வைத்திருந்த வேல்கம்புகள் துருப்பிடித்துப் போய் ஒருக்களித்துச் சாய்ந்திருந்தன. உட்புறச் சுவர்கள் இடிந்து, புதர் மண்டிப்போய் புழுக்கை நாற்றம் புழுங்க, இருளண்டிய உட்பிரகாரத்தில் மினுக்கிட்டாம் பூச்சியாய்த் தூண்டாமணி எரிந்து கொண்டிருந்தது. அசைந்தாடும் அதன் மினுக்கல் பாட்டப்ப சாமியின் மீது பட்டுப் பட்டு விலக, சாமியின் கண்ணடக்கம் கண் சிமிட்டி ஒளிர்ந்தது. சாமிக்கு மேலே அரிஅரியாய்க் கட்டித் தொங்கவிடப் பட்டிருந்த தானிய மணிகள் பழுப்பேறி மக்கிப் போயிருந்தன. இருளினூடே சார்த்தி வைக்கப் பட்டிருந்தன கொடுவாள்கள்.

பூசாரியின் மணிச்சத்தம் திடுமென ஒலிக்க வௌவால்கள் சிறகடித்துப் பறந்த படபடப்பில் தனது கவனம் கலைந்து கை குவித்தான் தங்கராசு. பூசாரியின் லாவகமான கையசைப்பில்

மணியின் வெண்கல நாவுகள் ஒரு லய ஒழுங்கில் அசைய, ஒருவித சாந்தம் சுதி கூடியது. பிரகாரம் முழுக்க அதன் சுவை எழும்பி வெக்கையைத் தணித்தது. ராகமெனக் கூடி அவனை முழுவதும் ஆக்ரமித்தது. இது எந்நேரம்வரை நீடித்ததோ, சட்டென ஒலியலைகள் நின்றுபோக, கண்களைத் திறந்தான். எதிரே கற்பூரத் தட்டை நீட்டிக் கொண்டிருந்தார் பூசாரி. காற்றில் அசைந்தாடிக் கொண்டிருந்த தீபத்தின்மேல் பவ்வியமாய்க் கைகளைக் குவித்தான்.

திருநீற்றை நெற்றியில் இட்டுக்கொண்டே பூசாரியிடம் பேச்சுக் கொடுத்தான் அவன், “ஏம் பூசாரி... வெயில் என்ன இந்தப்போடு போடுது... இந்த வருசமும் மழை பேயாதாட்ட இருக்கே...”

“எப்படித் தம்பி பேயும்..? பாட்டப்பன் மனசு குளுந்தாத்தான் மழை பேயும்”

“என்ன சொல்றீங்க பூசாரி?”

“ஆமாப்பா, பாட்டப்பனுக்குப் பொங்கல் வெச்சாத்தா மழை பேயும்”.

“அதானே பாத்தேன்... உங்க சோலியைத்தானே பாக்கறீங்க..?” என்றான் கிண்டலாக.

“அதில்லே தம்பி... பாட்டப்பன் வரலாறு அப்பிடி...”

“அப்பிடியா... அப்பிடின்னா பொங்கல் வெச்சிடறதுதானே...?”

“அது அவ்வளவு சுலபமில்லை... ஏதாச்சும் ஒரு ஆட்டுப் பட்டியிலே போயி ஒரு ஆட்டைத் திருடீட்டி வந்துதான் பொங்கல் வெக்கோணும்...”

“என்ன... திருடீட்டா...?”

“ம். அதுவும் கருத்த ஆட்டைத்தான் கொண்டார வேணும்...”

“அதென்ன கருத்தாடு...?”

“பாட்டப்பனுக்குப் புடிச்சது கருத்தாடுதான்... அதனாலே...”

“ஓஹோ..”

“அதுமட்டுமில்லப்பா... ஆட்டை வெட்டி நாங்களா

வெச்சுக்கப் போறோம்..?"

"பின்னே..?"

"பூசாரி தன்னோட கண்ணைக் கட்டிக்கிட்டு ஆட்டை வெட்டி ஆத்திலே உட்டுற வேணும்... வெச்சிக்கப்படாது..."

"அடடே... நல்லகதையா இருக்கே... சொல்லுங்க பூசாரி... இது எதனாலேன்னு..."

பூசாரி வெளித் திண்ணையில் குத்துக்காலிட்டு உட்கார்ந்தார். அவருக்கு நேர் எதிரே வானத்தை மறைத்துக் கொண்டு உட்கார்ந்திருந்த பாட்டப்பனின் உருவத்தைக் கண்கொட்டாமல் பார்த்தார். வெயில் சூடேறிக்கொண்டிருந்தது.

அப்பா அம்மா வைத்த பெயர் வேறாக இருந்தாலும் பாட்டுச்சாமி என்கிற பெயராலேயே அந்தச் சுற்று வட்டாரத்தில் அவன் வலம் வந்தான். அவனிடம் செம்பிளி ஆட்டின் வீச்சத்தையும் மீறிப் பாட்டின் வாசனை கமகமப்பதனால் வந்த காரணப் பெயர் அது. அதிகாலையில் படுக்கையை விட்டு எழும்போதே ராகத்தை நீட்டிக்கொண்டுதான் எழுவான். குடிசையின் எரவானத்தின் கீழ் தொங்கிக் கொண்டிருக்கும் பஞ்சாரம் கரகரவெனச் சுழல பச்சைக்கிளி 'கிக்கீ' எனக் கூடப் பாடும். அதைச் செல்லமாகத் தட்டிவிட்டு, குளிரில் விறைத்தபடி படுத்துக் கிடக்கும் அம்மாசிக் கிழவனை எழுப்பாமல் ஆட்டுக் கிடைக்கு நடப்பான்.

தலைவேட்டியை உதறிக் கட்டிக் கொண்டு பட்டியில் நுழைந்து, முதலில் மூச்சைச் சுண்டி வாசனை பார்ப்பான். ஏதாவது ஆடு கழிந்திருக்கிறதா என்ற நோட்டத்தில் புழுக்கையின் வாசனை மாறியடிக்கும். ஆடுகளை ஓரங்கட்டி, சுத்தமாகக் கூட்டி ஆட்டுப் புழுக்கைகளை அள்ளுவான். கழிந்திருக்கிற ஆட்டை வெளியே இழுத்து வந்து அம்மாசிக் கிழவனை எழுப்புவான். அசதியுடன் எழும் கிழவன் கண்களைப் புறங்கையால் துடைத்து விட்டுக் கொண்டே வயல்கரைக்குப் போய்ச் சில தழைகளைப் பறித்து உள்ளங்கையால் நிமிண்டிக் கொண்டே வருவான். அம்மிக் கல்லில் வைத்து நன்றாக அரைக்க, பாட்டுச்சாமி ஆட்டின் கால்களைப் பிணைத்துப் படுக்க வைப்பான். ஆட்டின் கத்தலைப் பாட்டுச்சாமியின் ராகம் அடக்கும். மருந்தைத்

தண்ணீரில் கலந்து கொட்டத்தில் ஊற்றுவார்கள். தண்ணீர்த் தொட்டிக்கு இழுத்துப் போய்க் கழிச்சலைச் சுத்தமாகக் கழுவி விட்டு, வேப்ப மர நிழலிலேயே கட்டி வைத்து விடுவான்.

அதற்குள் அவர்களிருவருக்கும் பண்ணாடி வீட்டிலிருந்து கம்மங்கஞ்சி வந்து காத்திருக்கும். வேப்பங் குச்சியை ஒடித்துப் பல் துலக்கி கை கால் சுத்தம் செய்யும்போது கத்திரிக்காய் வாசனை தூக்கும்.

கஞ்சி குடித்து விட்டுப் பச்சைக்கிளிக்குக் கொய்யாப்பழம் எடுத்துப் பிய்த்துப் போடுவான். கிண்ணத்தில் தண்ணீர் ஊற்றி விட்டு நிமிர்ந்தால், இருவருக்கும் தூக்குப்போசியில் கஞ்சி ஊற்றி எடுத்துக் கொண்டு சல்லக் கொக்கியைத் தூக்கிக் கொள்வான் அம்மாசி. படலைத் திறந்து அப்படியே மேய்ச்சல் நிலத்திற்குள் ஆடுகளை ஓட்டி விட்டால் குதியாளம் போட்டுக் கொண்டு ஓடும். அவனுக்குள் அதுவரை முணங்கிக் கொண்டிருந்த ராகம் 'தன்னானே' பாட்டாக அலையடித்து வீசும்.

சேற்று வயலில் காலாடி, நாற்று நடும் பெண்டுகளைப் பாட்டு எட்டும். அதுவரை மந்தமாயிருந்த அவர்களின் கை விசை ஒருவித லய அசைவில் துரிதமடையும். ஏர் ஓட்டுபவனின் சாட்டைக் குச்சிக்கு வேலையில்லாமல், தலையை அசைத்துக் கொண்டே உழவு மாடுகள் பரம்படிக்கும். ஏத்தம் இறைக்கும் உருளை கிறீச்சிடும் சத்தம், பாட்டுக்குப் பின்னணியாக இழையும். தூரத்தே ஆடு மேய்க்கும் சிறுவர்களின் 'புள்ளுக்கோல்' விளையாட்டில் பறந்து வரும் சந்தோசத்தை, ஆட்டம் பாட்டமாகக் கொண்டாடும்.

அம்மாசிக் கிழவன் சல்லக்கொக்கியில் கோவைத்தழை பறித்துப்போட, கோவைப் பழங்களைப் பதனமாகப் பறித்து நடுச்சுமையில் வைத்துப் பொத்தி சுமையாகக் கட்டிக் கொள்வான் பாட்டுச்சாமி.

மதிய வெயிலில் குடைவேல மரத்தின் கீழ் உட்கார்ந்து முள் வாங்கி விடப் பாட்டுச்சாமியிடம் காலை நீட்டுவான் கிழவன். வலி தெரியாது முட்களை நோண்டி எடுப்பதற்தாகத் தன்னானே ராகத்தைச் சுதி மாற்றிப் பாடுவான் பாட்டுச்சாமி. கிழவன் வலி தெரியாது கிறங்கி நிற்க, காடுகரையெல்லாம் சொக்கும். கண்ணி வாய்க்கால் கரையின் ஆல விழுதில் தொங்கும் தொட்டில் சீலையில் அழுது கொண்டிருக்கும்

பச்சைக் குழந்தையின் அழுகுரல் அப்படியே நின்று போகும். வெயில் தாழ தண்ணி பாய்ச்சுபவனின் கருத்த முகத்தில் சந்தோசத்தை மடைமாற்றும்.

கருக்கலில் கிடைக்குத் திரும்பிப் பட்டியடைக்கும்போது விளக்குக் கொளுத்துவான் கிழவன். கிளி ரெக்கைகளைப் பதட்டமாய் அடித்துக் கொண்டு 'கீக்கி' எனக் கத்தும். கோவைத்தழைச் சுமையை அவிழ்த்து, பழங்களை எடுத்துப் பஞ்சாரத்துக்குள் போடுவான்.

இரவு சாப்பிட்டு விட்டு நிலா வெளிச்சத்தில் தென்னந்தடுக்குகள் பின்னுவார்கள். கிளிதான் அவனுக்கு முதலில் பாட்டெடுத்துக் கொடுக்கும். ஓயாமல் குரைத்துக் கொண்டேயிருக்கும் நாய்களை அதட்டிவிட்டுப் பாட்டெடுத்துக் பாடினால் இரவில் களத்து மேட்டில் படுத்திருக்கும் சுருட்டைக் கிழவனின் சலங்கைகள் பொதிந்த காவல்தடி கிலுங்கலுடன் ஆடிக் குலுங்கும். வீட்டுக்கு வெளியே கம்மங்குச்சியில் பயந்தபடி படுத்திருக்கும் சமைந்த சிறுமியின் புதுக்கால் கொலுசுகளில் ராகமிசைக்கும்.

இப்படிப் பாட்டும் பஞ்சாரமும், பச்சைக் கிளியுமாக இருந்த பாட்டுச்சாமியின் வாழ்வை மடை மாற்றி விட்டவள்தான் பூவா.

பண்ணாடியின் ஒரே பெண்ணான பூவாத்தாதான் பாட்டுச் சாமியின் சேக்காளி. அவனது தன்னானே பாட்டு என்றால் அவளுக்கு உயிர். அவனுக்கும் அவளைப் பார்த்தால் முகமெங்கும் புதுப்புது ராகங்கள் துள்ளும். மனசைக் கவரும் ஓயிலான மெட்டுகளில் அந்தப் பொழுதை மேலும் அழகாக்குவான்.

காலையில் கஞ்சி கொண்டு வந்து கொடுத்து விட்டு அவன் ஆடுகளோடு பேசும் அழகைப் பார்த்துக் கொண்டிருப்பாள். அவனோடு பதிலுக்குப் பேசுகிறாற்போல ஆடுகள் தலையைத் தலையை ஆட்டும்போது காதுகள் டப்டப் என்று அடித்துக் கொள்ளும் லாவகத்தை வைத்து அவர்களது பேச்சோட்டம் போய்க்கொண்டேயிருக்கும் நுட்பத்தில் வியந்துபோய் நிற்பாள் பூவா. 'கீக்கி' என்று ஓயாமல் அவளை அழைக்கும் பச்சைக் கிளியுடன் கொஞ்சி விளையாடுவாள். அவர்கள் ஆடு முடுக்கிக் கொண்டு போன பிறகு வீடு திரும்புவாள். வீட்டில் கொஞ்ச நேரம் அருக்காணியுடன் அஞ்சாங்கல்

விளையாடி விட்டு, பாட்டுச்சாமி கொடுத்த களி மண்ணில் பொம்மைகள் செய்வாள்.

ஒருவழியாய் சாயங்காலம் ஆனதும், தன் வீட்டோரத்தில் உள்ள வேப்பமரத்தில் ஏறி, கொண்டையத்தில் போய் உட்கார்ந்து கொண்டு அவனது பாட்டுச்சத்தம் வருதா எனக் காத்திருப்பாள். சற்றைக்கெல்லாம் அலையலையாக வேப்பமரத்தின் கிளைகளில் வந்து மோதும் ராகம். அந்திப் பொழுது அதன் சுதியில் மங்கி வெம்மை தணிந்து மயங்கி நிற்கும் அழகில், தூரியில் வைத்து ஆட்டுவதுபோல அவளது கிளை அசைந்து கொடுக்கும் சுகம். கரும் பச்சையாய் இருக்கும் வேப்ப இலைகள் மெல்ல நிறம் மாறி வெளிர் மஞ்சளாகும். அவளது பாட்டு முடியும் தருணம் வேப்பங்காய்களெல்லாம் பொன்மஞ்சளாய் மாறிப் பழுத்திருக்கும். பூவா ஒரு வேப்பம் பழத்தைப் பறித்து வாயில் போட... அதுபோன்ற தித்திப்பை அவள் வேறு எந்த நாளும் சுவைத்ததில்லை.

பாட்டுச்சாமி அவளுக்காக மேய்ச்சல் நிலத்தில் காடை முட்டைகள் தேடி எடுப்பான். கோணப் புளியம்பழம், இலந்தப் பழம், கத்தாளைப் பழமென முள் பழங்களைச் சிரமப்பட்டுக் கொண்டு வருவான். கிழவனிடம் சொல்லிச் சந்தையில் பட்டுநூல் வாங்கி வந்து கட்டம் கட்டமாகச் சுருக்குப் பை பின்னித் தந்தான். காக்காய்ப் பொன்னை அவள் முகத்தில் பூசிவிட்டான். வெயிலில் அவள் முகம் மினுக்கியது.

அவளும் வீட்டிற்குத் தெரியாமல் சீனிக்கிழங்கு, பனங்கிழங்கு, பணியாரம் என்று கொண்டு வந்து தருவாள். ஏதாவது ஒருநாள் மேய்ச்சல் நிலத்திற்கே அவள் வந்து விட்டால், நுங்கு வெட்டித் தருவான். நல்ல மொட்டை வெய்யில் இதமாகத் தொண்டைக் குழிக்குள் இறங்கும்.

இந்தச் சிறுசுகளின் நட்பு பண்ணாடிச்சிக்குக் கொஞ்சமும் பிடிக்கவில்லை. சுருக்குப் பையைப் பிடுங்கித் தலையைச் சுற்றி வீசியெறிந்தாள். 'ஆளுக்காரப் பையனோட உனக்கென்ன சேர்க்கை?' என்று கண்டித்தாள். இருந்தும் பாட்டுச்சாமியின் ராக மெட்டுக் கேட்காமல் பூவா ஒரு நாழிகையும் இருக்க முடியாது என்றாகிப் போச்சு. ஆற்றுத் தண்ணீரில் தலைகீழாய் 'சொருவல்' அடித்துக் காட்டினான். ஆற்றங்கரை மணலில் கிளிஞ்சல் பொறுக்கி, சீழ்க்கை அடிக்கக் கற்றுக் கொடுத்தான்.

அன்று மேய்ச்சலிலிருந்து திரும்புகையில் அவளுக்குப்

பொன்னாம்பூச்சி பிடித்து வந்திருந்தான். விடிய விடியத் தூங்காமல் அந்தப் பூச்சிக்குக் கோணப்புளியந் தழையைப் போட்டுக் கொண்டு ஓலைப் பெட்டியில் பதனமாக வைத்திருந்தான். காலையில் அவள் வந்ததும் ஓடிப் போய் அதை எடுத்துக் காட்டினான். அவளுடைய முகத்தில் எல்லையற்ற மகிழ்ச்சி பொங்கியது. அதன் கழுத்தில் கட்டியிருந்த நூலைப் பிடித்துக்கொண்டு கரகரவெனச் சுழட்ட, பொன்னாங்கண்ணி சிறகடித்துச் சுற்றியது. அதன் ரெக்கை வர்ணங்கள் அதிகாலைச் சூரிய வெளிச்சத்தில் பட்டு, பொன்னாய் மின்னின. பாட்டுச்சாமி உற்சாகமாய் சுழட்டிக் கொண்டே பூவாவைப் பார்த்தான். அவள் முகம் சொங்கிப்போயிருந்தது.

"ஏம் பூவா பிடிக்கலையா...?"

"ம்... இதைவிட்டுற மாட்டியா...? பாவமாயிருக்குது..."

அடுத்த கணமே அந்த நூலை அறுத்தெறிந்து பொன்னாங் கண்ணியை அவளது உள்ளங்கையில் வைத்தான். அவள் கைகள் நடுங்கியவாறு வாங்கிய பொன்னாம்பூச்சியை பூ பூ என்று ஊத, அது சிறகு பரத்தி மெல்லப் பறந்து சென்றது. அதைப் பிடிப்பதற்குக் கோணப் புளிய மரத்தின் முட்கள் குத்தி ரத்தம் வழிய எவ்வளவு பாடுபட்டிருப்பான். ஆனாலும் அதைப் பிடிக்கும்போது கிடைத்த சந்தோசத்தை விடவும் பல மடங்கு சந்தோசம், இப்பொழுது கிடைத்தது.

'கீக்கீ...கீக்கீ'... என்றது பச்சைக் கிளி. பூவா திரும்பி அதைப் பார்த்தாள். அது படபடவென்று றெக்கையடித்துக் கொண்டு மேலும் கீழும் அலைந்தது. அவள் திரும்பிப் பாட்டுச்சாமியைப் பார்த்தாள். அவளது கண்கள் அவனது கண்களுக்குள் போய்க்கொண்டிருந்தன.

"எனக்கு அந்தப் பச்சைக்கிளியைக் குடுப்பியா?"

"ம்... இந்தா..." என்றவன் சட்டெனப் பஞ்சாரத்தின் கொக்கியை விலக்கி எடுத்துக் கொடுத்தான். அதை வாங்கியவள் அவனை உறுத்துப் பார்த்தாள். அவன் எதுவும் தோன்றாமல் அவளையே பார்த்துக் கொண்டிருந்தான். பஞ் சாரத்தின் சிறுகதவைத் திறந்து கிளியை வெளியே விட்டாள். றெக்கைகளை அடித்துக் கொண்டு சந்தோசமாய்க் கீக்கீ எனக் குரலெழுப்பியவாறு வானில் சுதந்திரமாய் மிதந்து பறந்தது.

பூவா முகத்தில்தான் எத்தனை பூரிப்பு. பாட்டுச்சாமியால் அதைத் தாங்க முடியவில்லை. பொங்கி வரும் அலையைப் போல் மெட்டெடுத்துத் தன்னானே பாடினான். பூவா குதியாளம் போட்டுக்கொண்டு ஓடினாள்.

அம்மாசிக் கிழவன் ஆட்டுக்குச் சொக்குப்பாடம் போட்டுக் கொண்டிருந்த ஒரு நாள், "உனக்குப் புடிச்ச ஆடு எது?" என்று கேட்டான் பாட்டுச்சாமி.

அவள் எப்போதோ தீர்மானித்து வைத்தவள் போல் ஒரு கருத்த ஆட்டைப் போய்க் கட்டிக் கொண்டாள்.

"ஏன் இது உனக்குப் புடிச்சிருக்கு?"

"இது உம்மாரியே இருக்கு..." என்று கலகலவெனச் சிரித்தாள் பூவா.

அன்றிலிருந்து அவன் அந்தக் கருத்த செம்பிலிக்கடாவை அடிப்பதே இல்லை. அவ்வப்போது முடியைச் சிக்கெடுத்து, நீட்டிக் கொண்டிருக்கும் குளாம்புகளைக் கச்சிதமாக வெட்டிக் குளுப்பாட்டி விடுவான். கொம்புகளுக்குச் சாயம் பூசினான். கிளிஞ்சல் கோர்த்து மாலை பின்னிப் போட்டான். மேய்ச்சல் நிலத்தில் கிடைக்காத மலைக்கிளுவந்தழை, நரிப்பயிறு, சீனிக் கொடி என்று அரிய தீவனங்களைச் சேகரித்து வந்து சோக்காக வைத்திருந்தான். அந்த ஆட்டைப் பார்க்கும்போது கண்ணாடி முன் தன்னையே பார்ப்பது போலத் தடவிக் கொடுப்பான். அப்போது அவனது உடம்பெங்கும் ஜிலீர் என்று பாட்டு புரண்டு புரண்டோடும்.

கறுப்பு வர்ணமும் சிவப்பு வர்ணமும் இணைந்த குன்றிமணி அவனுக்கு ரொம்பப் பிடிக்கும். வெகுநாள் தேடிச் சேகரித்து வைத்து மாலையாகக் கோர்த்துப் பூவாவுக்குத் தந்தான். அதைப் பார்த்ததும் அவளுக்கு ஏகக் கொண்டாட்டம். சிறுசிறு மணிகளாக வர்ணங்கள் மாறிமாறிக் கோர்க்கப்பட்ட குண்டு மணிகளின் ஈரம் உள்ளங்கையில் சுரந்தது. அவள் அதைக் கழுத்தில் கட்டிக்கொண்டு, "நல்லாருக்குதா?" என்றாள் ஆனந்தமாக. அவன் மெய்மறந்து தலையை ஆட்டிக் கொண்டிருந்தான். அவள் அவனது கண்களுக்குள் தனது உருவத்தையும், மாலையின் ஜொலிஜொலிப்பையும் ஆசை தீரப் பார்த்தாள். தன்னையுமறியாது தன்னானே மெட்டை

அவளது வாய் முணங்கத் தொடங்கியது. அவன் அதைச் சுதி கூட்டிப் பெருங்குரலெடுத்துப் பாட, மேய்ச்சல் நிலமே செவ்வரியோடியது.

தொட்டிக்கட்டு வீட்டின் விளக்குகள் இன்னும் அணைய வில்லை. பண்ணாடியின் கண்கள் சிவந்து போயிருந்தன. அவரது மீசை துடித்துக்கொண்டிருந்தது. பண்ணாடிச்சி வெத்திலை மடக்கி அவர் முன் நீட்டினாள், "இத்தச் சோடு கழுதையாவறா... அந்தச் சின்னச்சாதிப் பயனோட போயிச் சுத்தீட்டு வாரா..."

வெத்திலையை வாயில் போட்டு அதக்குகிறார். நெற்றி நரம்புகள் விண்விண்ணென்று புடைக்கின்றன. அவர்களது சிநேகிதத்தை நிகழ்ச்சிவாரியாக விவரிக்கிறாள் பண்ணாடிச்சி. படுக்கை கொள்ளாமல் எழுந்து முன்னும் பின்னும் நடக்கிறார் பண்ணாடி.

"சின்னபுள்ளக தானேன்னு இப்படியே உட்டுட்டா கடைசீல தீம்பு வந்துரும்... அந்த நாயை வேலையை உட்டு முடுக்குங்க..." என்கிறாள் அவள்.

மீசை நுனியில் ரத்தம் சூடேறித் துடிக்க, வாய் முழுக்க வெத்திலை எச்சில் அடங்காமல் தவித்தது. சற்று நேரத்தில் இறுகிப் போயிருந்த அவரது முகத்தில் அம்மைத் தழும்புகளின் விகாரம் இறங்கியது. வெளியில் எழுந்து போய் புளிச் என்று எச்சிலைத் துப்பினார். சொம்பிலிருந்து தண்ணீரை எடுத்து வாய் கொப்புளித்தார்.

ஒரு வாரம் கழித்து ஆட்டுப் பட்டியில் இரண்டு ஆடுகள் திருடு போய்விட்டன. இரவு பட்டியடைக்கும்போது இருந்தவை அதிகாலையில் காணவில்லை. நாலாபுறமும் தேடுவதற்கு ஆட்களை அனுப்பி வைத்து விட்டு அம்மாசிக் கிழவனை ஒரு புடி புடித்தார் பண்ணாடி. பயந்து ஒடுங்கிப் போயிருந்த பாட்டுச்சாமியின் அடிமனசில் அவலம் கசியும் ராகம் ஒன்று சுதி கூடியது.

ஒருவழியாய் ஆடு திருடியவர்களைப் பிடித்துக் கொண்டு வந்து விட்டார்கள். பாட்டுச்சாமிதான் 'உள்ளாள்' என்று அவர்கள் கையெடுத்துக் கும்பிட்டார்கள். பாட்டுச்சாமியை

இழுத்து வந்து சாட்டைவாரில் கை நோகும்வரை வீறினார் பண்ணாடி. "வெளியே போடா சின்னச்சாதி நாயே..." என்று செருப்புக் காலால் உதைக்க, "இல்லீங்க பண்ணாடி... நான் இல்லீங்க பண்ணாடி..." என்று காலைப் பிடித்துக் கொண்டு கதறினான் பாட்டுச்சாமி. செருப்பில் பதிந்திருந்த ஆணிகள் பொச்சாம்பட்டையில் ஏறின. பட்டி ஆடுகள் பாவமாகக் கத்தின.

"உண்ட வீட்டுக்கு ரண்டகம் செய்யற சின்ன சாதிக் கழுதை..." என்று பண்ணாடிச்சியும் திட்டினாள். ஊர்க்காரர்கள் செய்வதறியாது திகைத்து நிற்க பட்டிப்படலைப் பிடித்துக் கொண்டு தேம்பியவாறு நடுங்கிக் கொண்டிருந்தான் பாட்டுச்சாமி. கருத்த உடல் முழுக்கத் தாரைதாரையாய் ரத்தம் கன்றிப் போயிருந்தது. அப்பொழுதான் மூச்சுவாங்க ஓடிவந்தாள் பூவா. அவனைப் பார்த்ததும் அவளுக்கு அழுகை பொத்துக் கொண்டது. அவனருகில் போய், "ஏம் பாட்டுச்சாமி இப்பிடிச் செஞ்சே...?" என்றாள். "என்னைக் கேட்டிருந்தா அண்ணங்கிட்டே சொல்லி வாங்கிக் குடுத்திருப்பேன்ல்ல..." என்று அழுதாள்.

அதுவரை தேம்பிக் கொண்டிருந்தவனின் அழுகை சட்டென நின்று போனது. எழுந்து அவளை உறுத்துப் பார்த்தான். முகத்தில் ரத்த ஓட்டம் குபீரெனப் பாய்ந்தது. காற்றைப் போலச் சீறிக்கொண்டெழுந்தது ராகம். கண்கள் செஞ்சாந்து பாய்ந்து சிவக்க, அடித்தொண்டையிலிருந்து கம்மிய குரல் மாறி கடுமையான தொனியில் தன்னானே வெடித்தெழுந்தது. ஆவேசக் குரலில் ராகத்தைக் கூட்டிப் பாடிக் கொண்டே வெரசலாக வெளியே நடக்க ஆரம்பித்தான்.

பூவா, "பாட்டுச்சாமி... பாட்டுச்சாமி..." என்று கூப்பிட்டுக் கொண்டே ஓடிவர, அவன் உக்கிரமாய் சுதியைக் கூட்டிக் கூட்டிக் குரல் கம்ம, காலெட்டி நடந்தான்.

அவனது ராகம் ஆட்டுப்பட்டியைச் சுற்றிச் சுற்றி ஆற்றாமை யுடன் பொங்கிக் கொண்டிருந்தது.

அடுத்துக் கொஞ்ச நாளில் பூவாத்தாளுக்குக் கல்யாணம் வைத்து விட்டார்கள். பண்ணாடிச்சியின் தம்பிதான் மாப்பிள்ளை. கல்யாண வீட்டில் ஒலித்த மேளத்தையும் மீறிப் பூவாவின் அழுகைதான் ஓங்கிக் கேட்டது. நகை எதுவும் போட

மாட்டேனென அழுது முரண்டு பிடித்துக் கொண்டிருந்தாள், “நான் இந்த குண்டுமணியைத்தாம் போட்டுக்குவேன்...” என்று காசுமாலையை வீசி எறிந்தாள்.

“இந்த வெளயாட்டுப் புள்ளக்கிக் கண்ணாலம் பண்ணா அதுக்கென்ன தெரியும்...” என்று உறவுக்காரர்கள் பெருமூச் செறிந்தார்கள். அவளுடைய வயசை வைத்து ‘அவள் விபரம் புரியாமல் மறுக்கிறாள்’ என்று ஊர்க்காரர்கள் நம்பக்கூடிய விதத்தில், பண்ணாடியும் பண்ணாடிச்சியும் அதக்கி, மிரட்டி, கட்டுத்திட்டம் செய்து ஒரு வழியாய்க் கல்யாணத்தை முடித்தார்கள்.

கல்யாணம் முடிந்து புருசன் வீட்டிற்குப் போவதற்கான வேலைகள் அதிகாலையிலிருந்தே நடந்து கொண்டிருந்தன. பூவா திடீரெனப் பெரிய மனுசி போல சாந்தமாகி விட்டாள். கண்கள் தொலைதூரத்தில் தீர்க்கமாய்ப் படிந்திருக்க, முகம் முன்னெப்போதையும்விட அழகாகிப் பொலிவு பெற்றிருந்தது. மடித்துப் பிடித்துக் கட்டியிருந்த கல்யாணச் சேலையில் நின்றெரியும் தீபத்தைப் போலத் துலங்கி நின்றது அவளது கோலம்.

வெளியே ஆயத்தமாயிருந்த மாட்டு வண்டிகளில் உறவுக்காரர்கள் ஏறி உட்கார, அம்மா அழுது கொண்டே பூவாவை வழியனுப்பிக் கொண்டிருந்தாள். பூவா கலங்காமல் அலட்சியமாய் இருப்பது கண்டு அவள் குழந்தைத்தனத்தை எண்ணி ஊர்க்காரப் பெண்டுகள் மேலும் அழுதனர். பூவா எதிலும் ஒட்டாமல் எங்கோ லயித்துக் கிடப்பவள்போல வண்டியின் வில்கம்பியில் முகம் புதைத்து அடிவானைப் பார்த்துக் கொண்டிருக்க, வண்டி நகர்ந்தது.

பரிசல் துறையை அடைந்ததும் எல்லோரும் வண்டியிலிருந்து இறங்கினார்கள். அதற்குள் பரிசல்காரன் பரிசலை நிலையில் ஊன்றி நிறுத்த, ஆடைகளை நனையாமல் சுருட்டி விட்டுக் கொண்டு பரிசலில் ஏறினார்கள். பூவா பரிசலின் ஓரம் அமர்ந்து ஆற்றைப் பார்த்தாள். தண்ணீர் தலை துளும்பிக்கொண்டோடியது. பாட்டுச்சாமியின் ராகம் அவளது நெஞ்சில் அடித்தது. அந்த ஆற்றங்கரையில் கிளிஞ்சல் பொறுக்கி அவளது கையில் வைத்து ஊதிய சீழ்க்கை காதுகளில் ஒலித்தது. நடு ஆற்றில் பரிசக்கோலைப் போட்டு ஊன்றித் தள்ளும்போது தண்ணீரின் சலசலக்கும்

ஓசை, சடக்கென எழுந்து ஆற்றில் குதித்தாள் பூவா. பரிசலிலிருந்தவர்கள் விக்கித்துப்போய் நின்றிருக்க, பூவா பிரவாகத்தின் சுழற்சியில் எழுந்து முங்கிக் காணாமல் போனாள். அடுத்த கணமே, பரிசலிலிருந்தவர்களும் கரை யோரம் குளித்துக் கொண்டிருந்தவர்களும் ஆற்றில் குதித்துத் தேடினார்கள். நுரையடித்து வரும் வெள்ளத்தில் பூவா போட்டிருந்த கல்யாண மாலைதான் மிதங்கியது.

பாட்டுச்சாமி பித்துப் பிடித்தவன்போல, மேய்ச்சல் நிலங்களில் சுற்றிக்கொண்டு, இரவில் கோவில் வாசலில் தூங்கிக் கொண்டு மொட்டை வெயிலில் ஆற்றங்கரை மணலில் படுத்து வெந்து கொண்டிருந்தான். வெம்பலோடியிருந்த பொழுது சாய்ந்து குளுந்த இரவில் ராகமெடுத்துப் பாடுவான். தன் இணையைப் பிரிந்து வாழும் பறவையின் ராச்சோகமாய் அதன் சுதி மேலெழும்பித் துணையை அழைப்பது போலிருக்கும்.

அமாவாசை நெருங்க நெருங்க ராகத்தின் சுதி பல்வேறு ஓலங்களாய்ப் பிளவுபட்டு மனசை ஈர்க்குகளாய்க் கிழித்துப் போடும்.

யாரைத் தனது இதயத்தில் வைத்து ராகம் கட்டிக் கொண்டிருந்தானோ, அவளே அவனைத் 'திருடன்' என்று சொல்லிவிட்ட காரணத்தாலோ...

அல்லது,

பூவா ஆற்றில் குதித்துப் போய்விட்ட காரணத்தாலோ....

அமாவாசை இரவில் பட்டியில் புகுந்து கருத்த ஆட்டைத் திருடிக் கொண்டு வருவான். ஆற்றில் கொண்டு போய் நிறுத்தி அதற்குக் குளுப்பாட்டி விட்டு, முடியைச் சிக்கெடுத்துப் பொட்டுப் போட்டு சிங்காரித்து நிறுத்துவான். அதைக் கண் மாறாமல் பார்த்து அதற்குள் தன்னைத் தேடுவான். கட்டிக் கொண்டு நீவுவான். அப்பொழுது ஜிலீர் என்று ராகம் புரண்டு புரண்டோடும்.

மருள் வந்தவன்போல் தன்னானே ராகத்தை ஆக்ரோசமாகப் பாடுவான். பாட்டின் விசை ஏறி மூச்சு இளைப்பு வாங்கும். களிப்பு மிகுதியாகி கண்ணை மூடிக்கொண்டு கொடுவாளை ஓங்கி ஒரே போடு. தன்னுடைய தலை தனியாகத் துண்டாகிப்

போய் விழுந்த உணர்வில் மயங்கிக் கரையோரம் விழுவான். அலையடித்தோடும் ஆற்றுநீர் கருத்த ஆட்டின் உடலை உள்வாங்கிச் சாந்தமாகும்.

வெயில் மாறியடித்துக்கொண்டிருந்த ஒரு நாளில், ஆற்று நீரின் சலசலப்பில் ஆழ்ந்து மொட்டைச் சாமியார் ஒருவர் குளித்துக் கொண்டிருந்தார். அவர் எதிரில் அலர்ந்திருந்த நீல ஊமத்தம் பூவின் இதழ்களில் காலைச் சூரியன் பட்டு வண்ணங்களின் வில் வளைந்து கொண்டிருந்தது. நிறங்களின் தரிசனம் நிஜமா, நிழலா? ஒவ்வொரு தேவையான சில வண்ணங்களை மாத்திரமே அடையாளப்படுத்தும் சூரியனின் தாத்பரியத்தை வியந்துகொண்டே ஆற்றில் முங்கினார்.

எழுந்தபோது நதியின் நீரோட்டம் மாறியிருந்ததை உணர்ந்தார். அவரது பழுத்துத் தொங்கிய நீளமான காது மடல்களுக்குள் ரீங்காரமிட்டது பாட்டுச்சாமியின் ராகம். மெல்லிய இழையாய் எழுந்த சோகத்தின் தொனி நதியில் பாய்ந்து அதிர்ந்து, அவருக்குள் உள்முகமாய் நுழைந்தது.

மெல்ல மெல்ல அவரது உடலின் திண்மை வதங்கி, கண்கள் ஒளியிழந்து கைகால்கள் வெட்டையாக, முகம் சாம்பிப் போயிற்று. மெதுவாக ராகத்தின் சுதி தேய்ந்து மங்க, விழிப்பு வந்தவராய்ப் பார்வையை உயர்த்திப் பார்த்தார்.

அவரது கண்களில் எதிர்ப்பட்டது ஊமத்தம்பூ. மலரின் இதழ்கள் தாங்க முடியாச் சோகத்தில் சுருண்டு கூம்பிப் போய்க் கிடந்தது. அந்தக் கணத்தில் அவர் உடல் முழுக்க ஒரு பரவசம் பரவியது. படபடப்புடன் சுற்றிலும் கண்களை ஓட்டினார்.

சற்றுத் தொலைவில் குடைவேல மரத்தின்கீழ் படுத்துக் கிடந்தான் பாட்டுச்சாமி. மார்பை அளைந்தோடும் நதியிலிருந்து எழுந்து, வேட்டியைப் பிழிந்தெடுத்துத் தோளில் போட்டுக் கொண்டு அவனை நோக்கி நடந்தார் சாமியார்.

அதன் பிறகு, பாட்டுச்சாமியின் ராகம் அந்தச் சுற்று வட்டாரத்தில் பல வருசங்களாகக் கேட்காமல் போனாலும் அமாவாசை தோறும் கருத்த ஆடு திருட்டுப்போன பேச்சு மட்டும் கேட்டுக் கொண்டிருந்தது.

அவ்வப்போது கோயில்சாட்டுகளில் நடக்கும் கூத்து விசேசங்களில் தன்னானே ராகம் ஒலித்தாலும், பாட்டுச்சாமியின் நாபியிலிருந்து வேர் பிடித்தெழும்பும் அலையலையான ராஜ சுதியாக இல்லாமல் மூளியாக அழுது வடிந்து கொண்டிருக்கும்.

பல வருசங்கள் கழித்து அந்த பூமியில் மறுபடியும் தன்னானே ராகம் கேட்டது. மனசைச் சுண்டியிழுக்கும் சுதி. அதில்தான் எத்தனை குழைவு, மெட்டின் நுட்பத்தில் தழைக்கும் லயம் ராகத்தின் மிடுக்கில் அழைக்கும் இசைப் பின்னல், வதங்கி வெம்பலோடிய சிறுவனாய்ப் போனவன், சேகுபாய்ந்த வாலிபப் பிராயத்தில் வந்திருந்தார். மழுங்கச் சிரைத்திருந்த தலையும் கருத்த தோலில் அசைந்தாடிய காவியும், உத்திராட்சமும் அவருக்குப் புதுப் பொலிவை ஏற்படுத்தியிருந்தன. அந்தப்பாட்டு இதுவரை கேட்டறியாத ராகத்தில் மிளிர்ந்தது. தலையை ஆட்டியபடி ரசித்துக் கொண்டிருந்த சனக்கூட்டம் சில கணங்களில் பரபரப்புடன் கலைந்தோட, பாம்பு ஒன்று நெளிந்தபடி ராகத்தை நோக்கி வந்து கொண்டிருந்தது. கூட்டத்திலிருந்த கூத்து வாத்தியார் ஒருவர், பரபரப்பைக் கட்டுப்படுத்தி உதட்டின் மேல் விரல் வைத்து அந்த இடத்தைச் சாந்தப்படுத்த, இழைந்து குழைந்து கொண்டிருந்த இசையில் மயங்கி நெளிந்தபடி படமெடுத்தாடியது. சனங்கள் பிரமை பிடித்து நிற்க, ராகம் மெதுவாக மங்கி மறைய, பாம்பு புஸ்புஸென்ற இரைச்சலுடன் ஊர்ந்து அங்கிருந்து மறைந்தது.

சனங்கள் பிரமை பிடித்துப்போய்ப் பாட்டுச்சாமியின் காலில் விழுந்து வணங்கத் தலைப்பட்டனர். அவர் பதட்டத்துடன் மறுத்துச் சகசமாய் அவர்களுடன் பேசிக் கொண்டே எழுந்து வெளியே நடந்தார். கூத்துவாத்தியார் பின்தொடர்ந்தார்.

கூத்துவாத்தியார் வீட்டில்தான் இப்போது பாட்டுச்சாமியின் வசிப்பிடம். அவர் பச்சிலைகளைத் தேர்ந்தெடுத்துத் தந்து பக்குவம் சொல்ல, கூத்துவாத்தியார் அரைத்துக் கொண்டி ருக்கிறார். மருத்துவத்திற்கு வரும் மக்கள் பாட்டுச்சாமிக்குத் தவசம் தருகிறார்கள். மசைபிடித்து அழைத்து வரும் கிறுக்குகளின் கைகால்களில் போட்டுள்ள விலங்குகளை பாட்டுச்சாமியின் தன்னானே ராகம் உடைத்தெறிகிறது.

ஊர்க்காரர்கள் அவரைப் பற்றி நிறையக் கதைகள் சொல்கி றார்கள். 'ஒரு பாட்டெடுத்துப் பாடினால் தீப்பிடிக்கும். இன்னொரு பாட்டெடுத்துப் பாடினால் மழை பெய்யும்' என்றெல்லாம் கூத்து வாத்தியார் பேசிய பேச்சுகளும் ஊர்க்காரர்களின் கதைகளும் அந்தச் சுற்றுவட்டாரமெங்கும் தாளம் போட்டன.

இருபத்திநாலு நாட்டு மிராசுக்காரர்களும், பட்டக்காரர்கள், ஊர்ப்பெரியதனக்காரர்கள், கொத்துக்காரர், ஊர்த்தலைவர் என முக்கியம் பெற்ற அனைவரும் கூடிக்கூடிப் பேசினர். "என்ன தானிருந்தாரும் சாதியிலே சின்னவன்... அவங்கிட்ட எப்பிடிப் பேசறது..." என்றார் பூந்துறை நாட்டார்.

ஆளாளுக்குத் தங்களது வம்சாவளியின் குலப் பெருமை களைப் பேச, சாதியின் வேர்களைச் சிலர் உலுக்க, அந்த இடம் கூச்சலும் குழப்பமுமாய்க் களேபரமானது.

"மழெ மாரி இல்லாம காடுகரையெல்லாம் வெந்து கெடக்கு... இதில எங்க வந்திச்சி சாதி... எல்லா மொதல்ல நாம உசுரோட இருந்தாத்தா சாதி..." என்று முடிந்த முடிவாய்ப் பேசினார் காஞ்சிக்கோயில் நாட்டார்.

"அதுமட்டுமில்லே... அவுரு இப்பச் சாதிக்காரனில்லே... சாமியாரு..." என்று மேலும் சமாதானப்படுத்தினார் வடகரை நாட்டார்.

அனைவரும் ஊர்மக்களுடன் புறப்பட்டு அவரது குடிசைக்குப் போய் முறையீடு வைத்தனர். ஊர்ச்சனங்கள் ஆவலாக, "அப்பா... பாட்டப்பா... நீங்க பாட வேணுஞ்சாமி... மழை பேய வேணுஞ்சாமி..." என்று குரல் எழுப்பினார்கள். பாட்டப்பனின் முகத்தில் கருணையின் மலர்ச்சி. யோசனையில் தலையை அசைத்துக் கொண்டு அவர்களை அனுப்பி வைத்தார் பாட்டப்பன்.

அடுத்த நாள். பச்சிலை பறித்துக் கொண்டு வறண்ட ஆற்றங்கரை மணலில் கால்கள் பதியப் பதிய நடந்தார். வெந்து கிடந்த மணல் சூடு உள்ளங்காலில் ஏறியது. குனிந்து கிளிஞ்சல் ஒன்றைப் பொறுக்கியெடுத்தார். பூவாவின் ஞாபகம் அலையடித்தது. காற்றுக் கூட்டி மெதுவாக ஊதினார். சீழ்க்கை ஒலித்தது.

என்ன நினைத்தாரோ, சட்டெனக் கிளிஞ்சலை வீசியெறிந்தார். பொழுது இறங்கிக் கொண்டிருப்பதைப் பார்த்தார். வானத்தில் மேகத் திட்டுகள் குமிந்திருந்தன. வெம்மையிலும் ஒரு ரம்மியம் அவருக்குள் வீசியது. மெதுவாக மிருதுவான சுதியெடுத்துப் பாட ஆரம்பித்தார் பாட்டப்பன். ராகத்தின் தொடர்ச்சி கூடிக் கூடி மேகங்கள் சூல் கொண்டேயிருந்தன. விடாத கதியில் அமிர்தமாய்க் குரலெடுத்துப் பாடும் விசையில் மேகங்கள் மோதிச் சிதறின. ஊர்ச் சனங்கள் மழைப் பிரவாகத்தில் நனைந்து கொண்டாட்டம் போட, தாகம் தணிந்து பூரித்துச் சிரித்தது பூமி.

பாட்டப்பன் இப்பொழுது ஊர்க்காரர்களில் ஒருவராக மாறிக் கொண்டிருந்தார். படிய வாரிவிட்ட தலைமுடியும், வெள்ளை வேட்டியும் துண்டுமாய்த் தும்பைப் பூவாய் சிரித்தார். அந்தச் சுற்றுவட்டாரத்துச் சனங்களுக்கு அவர் தெய்வப் பிறவியாய்த் தோன்றினார்.

சுற்றிலுமுள்ள ஒவ்வொரு ஊரிலும் அவரவர் விருப்பம் போல விழா வேடிக்கைகள் நடந்தாலும் ஏர்நாள் மட்டும் இருபத்திநாலு நாட்டாரும் கூடித்தான் கொண்டாடுவார்கள். கலப்பையை நிலத்தில் பூட்டிச் சாலடிப்பதற்கு முன்பு சாமிக்குப் படையலிடும் நாளாக அதைப் பூசிப்பார்கள்.

விதைப் பண்டம் விதைப்பதற்கு முந்தின நாளில் மல்லக்கா கோயில் முன்பு உள்ள மைதானத்தில் எல்லாக் குடிபடைகளும் திரளுவார்கள். பெண்கள் குலவையிட்டுக் கொண்டு பொங்கல் வைக்க, உழவர்கள் ஏர்மேழியை நிலத்தில் ஊன்றிக் கும்பிடுவார்கள். கோயில் பூசாரி தூபம் காட்டி முதல் பூசை செய்வார். அந்தப் பூசையில் முதல் மரியாதை பாட்டப்பனுக்குத்தான். விடிந்ததும் ஏருக்குப் பொட்டுப் போடுவார்கள். இருபத்தி நாலு நாட்டுப் பட்டக்காரர்களும் வந்து முன்னத்தி ஏர் பிடித்துச் சாலடித்துக் கொடுப்பார்கள்.

அதன் பிறகு அடித்தொண்டையில் ராகமெடுத்துப் பாடுவார் பாட்டப்பன். சற்றைக்கெல்லாம் ஒருழவு மழை கொட்டி காடுகரை நிரம்பும். சனங்கள் ஆட்டம் பாட்டுடன் பாட்டப்பனைச் சுற்றிக் கொண்டு கொண்டாடுவார்கள்.

அந்தப் பிரசித்தி பெற்ற ஏர்நாள் நெருங்கிக்கொண்டிருந்தது.

பாட்டப்பனுக்கு இந்த முதல் மரியாதை தருவதில் சற்றும் சம்மதமில்லாமல் வெம்பிக் கொண்டிருந்தது ஒரு கூட்டம்.

"ஒரு சின்னச் சாதிப் பயலுக்கு இவ்வளவு மரியாதையா?" என்று கொதித்தான் ஒருவன். அவனது சாதிப் பெருமை, புளிப்பு ஏறிய பனங்கள்ளின் வாசனையில் தூக்கியடித்தது.

"நீ உம்னு சொல்லு மாப்ளே... அவனைக் கும்பந் தாளிச் சிறலாம்.." என்றான் மற்றவன்.

கூட்டத்தில் சூடு ஏறிக்கொண்டேயிருக்க, சொப்பில் கள் தீரத் தீர சுரைக் குடுக்கையிலிருந்து ஊற்றிக் கொடுத்துக் கொண்டேயிருந்தான் இன்னொருவன்.

"வேணாம்பா... கொன்னுகின்னு போடாதே... கடைசீல தீம்பாயிடும்..." என்றான் மற்றொருவன்.

"நீ கம்னு இரு மாப்ளே... நாம் பாத்துக்கிறேன்..." என்றவாறு கள் நுரை கம்மிக் கொண்டிருந்த சொப்பை எடுத்து ஒரே மடக்கில் குடித்தான் வேறொருவன்.

மறுபடியும் பாட்டப்பனைத் திட்டிக் கொண்டு கூட்டத்தி லிருந்தவர்கள் புலம்ப, ஆவேசமாய்ச் சொப்பை வீசி உடைத்தான் ஒருவன். தனது மீசையில் படிந்திருந்த நுரையைத் துடைத்துக் கொண்டு எழுந்தவன், "டேய்...பங்காளி நீங்க ரெண்டு பேரும் எங்கூட வாங்கடா..." என்றவாறு சுரைக் குடுக்கையைத் தூக்கிக் கொண்டு வெளியே நடந்தான்.

பாட்டப்பன் ஆற்றங்கரையில் கழுத்தளவு நீரில் நின்று ராகம் பாடிக் கொண்டிருந்த போது வந்து சேர்ந்தார்கள் அவர்கள். குளித்து விட்டு வேட்டியைப் பிழிந்தெடுத்துக் கொண்டு கரை யேறும் வரை காத்திருந்தனர். வெகு மரியாதையுடன் "சாமி... வர்ற ஏர் நாளன்னிக்கு நீங்க பாட வேணுமுங்க... மழை கொட்டோ கொட்டுன்னு கொட்ட வேணுமுங்க சாமி..." என்று கும்பிட்டார்கள். அவர் எப்போதும் போலத் தலையை அசைத்துக் கொண்டு வேட்டியைக் காயப் போடுவதில் முனைந்தார்.

பேச்சோட பேச்சாக, "சாமி... தெளுவு சாப்பிடுங்க சாமி... ஒடம்புக்கு நல்லது சாமி..." என்று சுரைக் குடுக்கையில் கொண்டு வந்திருந்த பதனீரைச் சொப்பில் ஊற்றித் தந்து உபசரித்தார்கள்.

பாட்டப்பனுக்கு மிகவும் பிடித்தமானது பதனீர். ஆசையாக வாங்கிக் குடித்தவர், எட்டிக்காய் கசப்பில் முகம் சுருங்கிப் போனார்.

“இந்தப் பாம்புக்கால் இட்டேரியிருக்கிற பனைமரத்திலே எறக்கினது இந்தத் தெளுவு... அதென்னமோ தெரியலே சாமி... அந்த மரத்தெளுவு கசப்படிக்குது, ஆனா குடிச்சபெறவு தூக்குது பாருங்க ஒரு தூக்கு..” என்று இளித்தான் ஒருவன்.

அவர் ஒரே மூச்சில் குடித்து முடிந்ததும், “இன்னொரு சொப்பு குடியுங்க சாமி...” என்று மறுபடியும் நிரப்பிக் கொடுத்தார்கள். ஒருவழியாய் அஞ்சு சொப்புக் குடித்து விட்டு கிறுகிறுப்புடன் ஆற்றங்கரை மணலில் சாய்ந்தார் பாட்டப்பன். காய்ந்து போயிருந்த அவரது வேட்டி காற்றில் பறந்து அவர்மேல் விழுந்து கப்பியது.

அடுத்த நாளிலிருந்து பாட்டப்பனுக்கு வாயிலும் வயிற்றிலும் போய்க் கொண்டிருந்தது. ‘விஷம் தொட்டிருப்பதற்கான அறி குறிகள்’ தென்பட்டதால் விஷமுறிவு மூலிகைகளை அரைத்துக் கொடுத்தவாறு பக்கத்திலிருந்து கவனித்துக் கொண்டிருந்தார் கூத்து வாத்தியார். உடல் முழுவதும் தீயாய் எரிகிற அனலைப் பனைவிசிறியில் ஆத்தி விடும் துயரத்தில் வாத்தியாரின் முகம் கலங்குகிறது.

படுக்கை ஒவ்வாமல் புரண்டு புரண்டு படுக்கிறார் பாட்டப்பன். “ஒடம்புலே வெஷந் தொட்டதுக்கான விண்ண மில்லே... ஆனா ஒடம்புலே வெஷமிருக்குது... என்னாச்சு அப்பு...” என்று பொங்கித் தேம்புகிறார் கூத்து வாத்தியார். பாட்டப்பன் தலையை அசைத்துக் கொண்டு அவரது அழுகையைத் துடைத்து விடுகிறார்.

இரண்டு நாளாக வயிறு வீக்கம் அதிகமாகிறதே தவிர குறைந்த பாடில்லை. சாப்பிட்டது அப்படியே எதுக்களித்து வருகிறது.

“நாளைக்கு நடக்கும் ஏர்நாளில் நீங்க பாட முடியாது அப்பு... மீறிப் பாடுனா உங்க உசுருக்கே தீம்பாயிரும்” என்று சஞ்சலத்துடன் சொல்கிறார் கூத்து வாத்தியார். பாட்டப்பனின் அடி மனதில் பொங்குகிறது தன்னானே ராகம். அப்படியே கண்களை மூடிக்கொண்டு தலையை ஒரு லயத்தில் அசை போட்டுக் கேட்டுக் கொண்டிருக்கிறார்.

சேதி கேள்விப்பட்டு ஊர்ச்சனங்கள் திரண்டு வந்து விட்டார்கள். "ஒண்ணுமில்லே வெறும் பேதிதான்" என்று முணங்கினார் பாட்டப்பன். தாங்கள் கொண்டு வந்திருந்த காய்கனிகளையும் தவசங்களையும் பாட்டப்பனின் முன்னாள் வைத்தார்கள். சனங்களின் அளப்பரிய அன்பில் நெகிழ்ந்து போயிருந்த அவரது கைகளைப் பிடித்துக் கொண்டு ஒரு வயதான கிழவி விம்மினாள். "அப்பா... பாட்டப்பா நீ நாளைக்குப் பாட வேணுஞ்சாமி... மழை பேய வேணுஞ் சாமி..." என்றாள் தழுதழுப்புடன். பாட்டப்பனுக்கு நினைவு தெரியாத தனது அம்மா வந்து ஆணையிட்டதாக உடலெங்கும் ஒரு வேகம் பொங்கியது. அறம் பாடும் யதார்த்தம் அவரது உள்முகமாய் ஓடிப் பரவ, கண்களில் கண்ணீர் கரகரவென வழிந்தது.

ஏர்நாளுக்கான சபையில் இருபத்தி நாலு நாட்டு மிராசுக்காரர்கள், பட்டக்காரர்கள், ஊர்த் தலைவர்கள், கொத்துக்காரர்கள் என்று எல்லோரும் நிரம்பி வழிந்தனர். பொங்கல் வைத்துக் கொண்டிருந்த பெண்டுகளின் குலவையில் சுதி குறைந்திருந்தது. ஏரும் உழவு மாடுகளும் சுள்ளாப்பில்லாமலிருந்தன. பாட்டப்பன் இன்னும் வரவில்லை.

சனங்களின் முகத்தில் வருத்தம் நிழலாடியது. பாட்டப்பனை அழைத்துவர வடகரை நாட்டாரே போயிருந்தார்.

சற்றைக்கெல்லாம் கூத்து வாத்தியார் கைத்தாங்கலாய்ப் பிடித்துவர, சபைக்குள் நுழைந்தார் பாட்டப்பன். மக்கள் மகிழ்ச்சியில் ஆர்ப்பரிக்க அடுத்த கட்ட வேலைகள் துரிதமாய் நடந்தேறின. பட்டக்காரர்கள் சைகை கொடுக்க, பூசையை ஆரம்பித்தார் பூசாரி. பூசை முடிந்து முதல் மரியாதையைப் பாட்டப்பன் வாங்கிக் கொண்டார்.

மக்களின் நீண்ட ஆரவாரத்துக்கிடையில் மெதுவாக ராகத்தை இழுத்தார். தொண்டை செருமிக் கொண்டது. சட்டெனச் சபையில் அமைதி கப்பிக் கொள்ள, நீண்ட எதிர்பார்ப்பின் பெருமூச்சுகள் சுழல்கின்றன. சில கணங்கள் கண்களை மூடித் தியானித்தார். தூரத்து வானில் நிறைமாத சூலியாய் மேகங்கள் நகர்ந்து கொண்டிருப்பது தெரிந்தது. இப்பொழுது மெல்லிய குரலில் எழும்பியது பிசிறற்ற மெட்டு, மெல்ல மெல்ல அதன் உச்ச கதி அமிர்தமாய்க்

கடைந்து சிலும்ப, மேகங்கள் இடிந்து நொறுங்க விழுகின்ற மழைத்துளிகள் பெரிதாகிக் கல்மாரியாய்ப் பொழிந்தன.

வானத்திலிருந்ததையெல்லாம் கொட்டுகின்ற சீற்றத்தில் அடிக்கும் மழை வெள்ளம் பெருக்கெடுத்தொட, சூறையின் சுழட்டலில் சனங்கள் தாக்குப்பிடிக்க முடியாமல் கோயில் மண்டபத்தில் ஒதுங்க, அந்த ஊரையே துவம்சமாக்கிக் கொண்டிருந்த மழைப் பிரவாகத்தின் நடுவே பாடிக் கொண்டிருந்தார் பாட்டப்பசாமி.

ஆனந்த லயத்தில் ஒரே சீராகப் பாடிக்கொண்டிருந்த பாட்டு, சட்டெனப் பாதியிலேயே நின்று போயிற்று.

பூசாரி கதை சொல்லி முடிப்பதற்குள் வானம் கருக்கிட்டிருந்தது. கதை கேட்டுக்கொண்டிருந்த தங்கராசுவின் முகத்தில் துயரமும் ஆவேசமும் தன்னானே ராகமாகப் பொங்கியது. பூசாரியிடம் சொல்லிவிட்டுப் புறப்பட்டவன் ஒரு முடிவுக்கு வந்தவனாய், ஆட்டுப்பட்டி இருந்த திசையில் கருத்த ஆட்டைத் தேடிப் பம்மியவாறு நடந்தான்.

(நன்றி: புதியபார்வை)

பெருமாயி

இன்னும் கிழக்கு வெளுக்க ஆரம்பிக்கவில்லை. அவர்கள் இருவரும் பெருமாயி கோயில் குன்றை அடைந்தபோது அதிகாலைப் பூசைக்கான வேளையில் ஈடுபட்டிருந்தார் பூசாரி. இருவரும் தலைவழியக் குளித்துக் கொண்டு வந்திருந்த நடுக்கத்தில் அதிகாலைக் கூதக்காத்தின் விசும்பல் சுழட்டியது. அவள் உடல் நடுக்கத்தையும் மீறிய பயங்கலந்த பதட்டத்தில் இருக்க, அவனையும் பதைபதைப்பு தொற்றிக் கொண்டிருந்தது. சுற்றிலும் சில்லாம் பூச்சிகளின் சத்தம் கரைந்து வழிய, பூசாரி அவர்களை அழைத்தார்.

பூசாரி நீட்டிய வெங்களத் தாம்பாளத்தில் தாங்கள் கொண்டு வந்திருந்த கோவைப்பழங்களை பணிவுடன் வைத்தார்கள். அதைப் பெற்றுக்கொண்டு போய் சாமியின் பீடத்தில் வைத்து மணியடிக்க ஆரம்பித்தார் பூசாரி. வெங்கல மணியின் நாவுகள் அவர்களது காலங்காலமான வேண்டுதலாக அசைந்தது. அவர்களது வாழ்வின் உயிர்நாதமே அதுதானென அவனும் அவளும் அந்த நாதத்தில் கரைந்துபோய் கைகுவித்து நின்றனர்.

பூசை முடிந்து துளசி தீர்த்தமும் நெற்றியில் சிவப்பும் வாங்கிக் கொண்ட பிறகு, அந்தப் படப்பை அவர்களிடம் நீட்டினார் பூசாரி. “ரெண்டு பேரும் மனமுவந்து பெருமாயியை வேண்டி அந்தப் படப்புக்கல்லு மேலே கொண்டு போயி

வெய்யிங்க...” இருவரும் பயபக்தியுடன் அதைப் பெற்று கோயில் வாசலுக்கு வெளியே இருந்த படப்புக் கல்லின் மேல் கொண்டு போய் வைத்தார்கள்.

கசிந்து கொண்டிருந்த பௌர்ணமியின் பால் வெளிச்சத்தில் செக்கச் செவேரெனத் துடித்துக் கொண்டிருந்தன கோவைப் பழங்கள். தங்களது வாழ்வின் மூலாதாரமே அதுதானென அத்தனை கனவுகளையும் ஒன்றாக்கிப் பதட்டத்துடன் வேண்டினர். அவர்களது ஆன்மாவில் இருந்து கசியும் சுதி படப்பின் நாலா பக்கங்களிலும் பாய்ந்து பாய்ந்தோடியது.

சற்றைக்கெல்லாம் ஆசுவாசமாய் கோயில் திண்டில் வந்து உட்கார்ந்து அடிவானத்தைப் பார்த்தார்கள். இன்னும் கருக்கல் விலகிய பாடில்லை. அவர்களுக்குள் இருக்கும் படபடப்பு அந்த வினோதமான அய்தீகத்தில் அலையடித்தது.

அது கிராமிய சனங்களின் அற்புதமான அய்தீகம். அந்த ஊரில் ஆணும் பெண்ணும் ஒருவரை ஒருவர் விரும்பினால், (ஒரே சாதியிலும் இருக்கலாம், சாதிமத பேதமற்றும் விரும்பலாம்) அது நல்லதா கெட்டதா, அந்த அன்பு நீடிக்குமா நீடிக்காதா, தாங்கள் காலங்காலமாய் இதேபோல சந்தோசமாய் இருப்போமா என்றெல்லாம் விசனப்படாமல், பெருமாயி கோயிலுக்குப் போய் படப்பு வைத்து அருள்வாக்குக் கேட்டால் பளிச்சென்று விடிந்து விடும்.

ஒரு பௌர்ணமியன்று கோவைப்பழங்களைப் பறித்துக் கொண்டு விடிகாலையில் பெருமாயி கோயிலுக்குப்போய் படப்பு வைக்க வேண்டும். விடிகாலையில் கருடன் அங்கு வந்து கோவைப் பழங்களைக் கொத்திக் கொண்டு போகும். அப்படி நடந்தால் காதலர்கள் எவ்விதமான விசனமுமின்றித் தொடர்ந்து பழகலாம். எவ்வித இடையூறுமின்றி திருமணம், நல்வாழ்க்கையென சிறப்படைவர். கருடன் பழங்களைக் கொத்தாமல் வெறுமனே வட்டமடித்துவிட்டுப் போய்விட்டால் இருவரும் தத்தமது வழியில் பிரிந்து போய்விடவேண்டும். அதை மீறி ஒன்று சேர்ந்து வாழ முயற்சித்தால் வாழ்க்கை சிதைந்து சின்னபின்னமாகிப் போகும். இருவரில் ஒருவரைக் காவு வாங்கிப் போடும்.

இந்த அய்தீகத்தின் சுருக்குக்கயிறு அந்த ஊரை மட்டுமல்லாது, சுற்றிலுமுள்ள ஊர்களையும் கண்ணிக்குள்

வைத்திருக்கிற அதிசயத்தில் ஊர் சனங்களும் இணங்கிப் போகும் அபூர்வ நிகழ்வுதான், பெருமாயி.

பூசாரி வேலையை முடித்து விட்டு வெளியே வந்து வெளுத்துக் கொண்டிருக்கும் வானத்தை நோட்டம் பார்த்து விட்டு அவர்களுடன் வந்து உட்கார்ந்தார். அவர் மேலிருந்து அடித்த துளசி வாசம் குளிரில் விரைத்தது.

"ஏம்பூசாரி எல்லா நாளும் கெருடன் வருமா..?" என்று பேச்சுக் கொடுத்தான் அந்த இளைஞன்.

அவர் மெல்லத் தலையை அசைத்தவாறு பேச ஆரம்பித்தார்.

"பௌர்ணமியன்னிக்குத்தான் வரும். அப்பத்தா பூசையும் நடக்கும். அந்தன்னிக்கு அருள்வாக்கு கேக்கறவங்க படப்பு வெப்பாங்க..."

"இந்த அருள்வாக்கு காதலர்களுக்கு மட்டுந்தானா?"

"கல்யாணம் செஞ்சி வாழ்க்கை நடத்தலாம்னு இருக்கற எல்லா ருக்கும் பொதுவானதுதான் இந்த முறையீடு... அப்படி யிருக்கறவங்க இதுல வந்து கலந்துக்குவாங்க... பெருமாயோட குறிப்பைத் தெரிஞ்சுட்டு அதன் பிரகாரம் நடப்பாங்க... தன்னோட ஞானக் கண்ணுல பாத்து எல்லாத்துக்கும் தீர்வு சொல்வா பெருமாயி..."

அந்த இளைஞன் ஒரு நீண்ட பெருமூச்சுடன் இருப்புக் கொள்ளாமல் தவித்தான். அந்தப்பெண் அமைதியாக வெளியே பார்த்துக் கொண்டிருந்தாள்.

"கட்டாயம் வருமா?"

பூசாரி அவனை உறுத்துப் பார்த்தார். "எனக்குத் தெரிஞ்சு ஒவ்வொரு பௌர்ணமியன்னிக்கும் வந்திட்டுத்தா இருக்கு... ஒரு மொறையும் தவறுனதில்லே..."

அவன் எழுந்து வெளியே போய் நின்று கீழ் வானத்தைப் பார்த்தான். கருக்கல் கலைந்து கொண்டிருந்தது.

கட்டாரி பூட்டிக்கிட்டு வலக்
கங்கணமும் மாட்டிக்கிட்டு
வாராங்க பட்டக்காரர்
வணங்குங்க... வணங்குங்கய்யா...

சோபனம் பாடும் பெண்களின் பாட்டுச்சத்தம் அந்த ஊர் கோலத்தின் முன்வரிசையில் பெருங்குரலெடுத்து ஒலிக்க, உறுமியின் கைவரிச்சல் அதை மேலும் சுதியேற்ற, தாரை தப்பட்டைகள் கட்டியங்கூறும் அடவில் கொட்டு முழக்கம் போட்டன. பூந்துறை நாட்டு சனங்கள் கொண்டாட்டமாய் நடந்தார்கள். சங்கு சேகண்டியின் கெம்பீரமான முழக்கத்தில் கூட்டத்தின் நடுவாந்திரமாக பூந்துறை நாட்டுப் பட்டக்காரர் சுரட்டையன் கட்டாரியைக் கையில் ஏந்தியபடி வந்து கொண்டிருந்தார். சுங்கு விட்டுக் கட்டியிருந்த அவரது தலை உருமாலில் சூரியப்பிரவை மின்னுகிறது. நரைத்த மீசையின் விரைப்பில் பூந்துறை நாட்டின் வீரமும் அதிகாரமும் பொங்கிக் கொண்டிருக்க, வலங்காரக் கங்கணம் வாட்டமாய் சொலித்தது. அவருக்குப் பின்னால் கொற்றக்குடை பிடித்து வரும் முப்பாடுக்காரன். பட்டக்காரரைச் சுற்றிலும் பூந்துறை நாட்டின் காணியாளகாரர்கள் சேவகம் செய்து கொண்டு வர அந்தக் 'கட்டாரிவலம்' ஆரம்பமாயிற்று.

'கட்டாரிப் பொங்கல்' பூந்துறை நாட்டில் வெகு விமர்சையாகக் கொண்டாடப்படும் திருவிழா. மேல்கரைப் பூந்துறை, கீழ்கரைப்பூந்துறை, அதன் இணைநாடுகளான பருத்திப்பள்ளி, ஏழூர் நாடுகளின் பரந்தபூமி பூந்துறை நாடு. இதன் ஒவ்வொரு இணைநாட்டிலும் முப்பத்திரண்டு ஊர்கள் அடங்கிய வளமான வெள்ளாமை நிலத்தையும் அதன் சீர்சிறப்புகளையும் ஞாய நடவடிக்கைகளையும் பூந்துறைப் பட்டக்காரரின் கட்டாரி அரசாண்டு கொண்டிருக்கிறது.

அஞ்சி வருசத்துக்கொருமுறை நடக்கும் இந்தக் கொண்டாட்டத்தில் வீரத்தின் வெஞ்சினம் வீறு கொண்டெழும்பும். பூந்துறையான் கோயிலிலிருந்து கட்டாரியை ஏந்திக் கொண்டு புறப்படும் பட்டக்காரரிடம் ஊர்சனங்கள் பணிந்து கட்டாரியை வாங்கிக் கொண்டு போய் மனையில் வைத்து சாமி கும்பிட்டு விட்டு பட்டக்காரரிடம் கட்டாரியை திருப்பித் தந்துவிட வேண்டும். கட்டாரி வீட்டுக்குள் வந்து சென்றால் சீரும் சிறப்பும் செல்வவளமும் பெருகும் என்பது சாங்கியம். கட்டாரியை வாங்கிப் போனவர் திருப்பித் தரவில்லையெனில் பட்டக் காரரிடம் குத்துவாள் சண்டையில் இறங்க வேண்டும். இறுதியில் யார் ஜெயிக்கிறாரோ அவரே பூந்துறை நாட்டின் பட்டக்காரர்.

இதில் கலந்து கொள்ளும் உரிமை வலங்காரச்

கௌதம சித்தார்த்தன் | 85

சாதியினருக்குத் தான் உண்டு. இடங்காரச் சாதியினருக்கு இல்லை. அதிலும் பறையடிப்பவர்களும் பஞ்சமர்களும் தூர விலகிப் போய்விட வேண்டும்.

பூந்துறை நாட்டுக்குக் கட்டுப்பட்ட நூற்றி இருபத்தியெட்டு ஊர்களையும் சுற்றி வந்து பூந்துறையான் கோயிலில் கட்டாரியை இறக்கி வைக்க வேண்டும். ஊர்க் காணியாளகாரர்கள் பட்டக்காரருக்கு வண்ணச்சாந்து பூசிக் கொண்டாடுவார்கள். பெண்கள் அலரி எழுப்பிக் கொண்டு பொங்கல் வைப்பார்கள். அப்பொழுது குத்துவாள் சண்டையில் தோற்றுப் போனவரின் ஆடு பலி போடப்படும். அதன் குருதியை நெற்றியில் இடும் பட்டக்காரரின் வீரமும் அதிகாரமும் கொங்குமண்டலம் முழுக்க எதிரொலிக்கும்.

அவ்வளவு வல்லமை பெற்ற கட்டாரிப் பொங்கலின் ஊர் கோலம் நடந்து கொண்டிருந்தது. கட்டாரியின் மகிமையையும், வீரதீரத்தையும், அறச்செயல்பாட்டின் நற்கூறுகளையும் பாடிச் செல்கின்றனர் பெண்கள். சோபனத்தின் சுதிக்கேற்ப கொட்டுகள் மாறி விழுகின்றன.

நாட்டு சனங்கள் பணிந்து மண்டியிடும் பாங்கில் கட்டாரி மறைகிறது. சடங்குகள் மறைகின்றன. அறமும், நெறியும், இறையாண்மையும் மறைந்தே போகின்றன. அதிகார போதை எழுகிறது, ஆதிக்கத்தின் தாகம் எழுகிறது. அரசபீடமும் அதுதரும் அளப்பரிய வாழ்வியற் கூறுகளும் ஆட்டம் போடுகின்றன.

கட்டாரி வலம், மேல்கரைநாட்டைத் தாண்டி கீழ்க்கரையில் இறங்கியதும், கெச்சங்கள் குலுங்க வெரசலாக நடந்த பட்டக்காரரின் கால்கள் பதட்டமேறின. கட்டாரி வலத்தை வழிமறிப்பவர்கள் அநேகமாக கீழ்க்கரை நாட்டுக்காரர்கள்தான்.

அந்த மண்ணில் கால்பட்ட உடனே சோபனப் பெண்களின் சுதி ஏறி ஒலிக்கிறது.

வீராதி வீரனல்லா
வுளுந்தல்லோ கும்புடுங்கோ
வீரமான ஆம்பளைன்னா
வீரத்தைக் காட்டனும்னா
கட்டாரியைப் புடுங்குங்கய்யா...
கைவாளைச் சொழட்டுங்கய்யா...

உறுமியின் கைவரிச்சல் சிறுத்தைப் புலியென உறுமுகிறது. பறைக் கொட்டுகளின் தாளகதி இளைஞர்களின் தோள்களைத் திணவு கொள்கின்றன. சங்க நாதத்தின் முழக்கம் உடலெங்கும் வீரியத்தை உசுப்புகிறது.

அவருக்கு கீழ்க்கரை நாட்டை நினைத்தாலே அச்சம் சாரக்காத்து போல விசும்பும். காரணம் அந்த நாட்டு மண். சுற்றிலுமுள்ள மலைச்சரிவுகளிலும், அடிவாரங்களிலும்தான் வெள்ளாமைக் காடுகள் இருக்கின்றன. கரிசலும் செம்மண்ணும் கலந்த இந்தப் பூமியில், வருசத்துக்கு இருபத்தி அய்ந்திலிருந்து முப்பது அங்குலம் வரைதான் மழை பேய்கிறது. மற்ற நாடுகளைப் போல செழிப்பானதாயில்லாமல் முதுகெலும்பு ஒடிய பாடுபட்டால்தான் வயிறு நிரம்பும் நிலைமை. அத்தகைய அமைப்பு வாய்த்திருப்பதால் சனங்கள் இயற்கையாகவே நல்ல பாட்டாளிகள். சேகுபாய்ந்த உடம்புடனும், வல்லமையான நெஞ்சுத் திடத்துடனும், காட்டு மிருகங்களை எதிர்க்கும் தீரத்துடனும் கரணை கரணையாக உருண்டு திரண்டிருந்தார்கள். இயல்பாகவே வீரத் தழும்புகளைப் பெறுவதில் துடிப்பாக இருக்கும் அவர்களை, தன்னைப் பிடிக்காத கீழ்க்கரைக் காணியாளகாரர்கள் கொம்பு சீவி விடுவார்கள். ஒருநீண்ட பெருமுச்சு அவரிடமிருந்து கிளம்பியது.

அதுபோன்ற துடிப்பான இளைஞர்களை வேவுபார்த்து வைத்திருந்தான் ஏழுரான். கட்டாரி வலம் வரும் சமயத்தில் அவர்களுக்குப் பனங்கள்ளைப் பதமாக ஊற்றித் தந்து குடை சாய்த்து விடும் காரியத்தைக் கச்சிதமாக முடித்திருப்பான் அவன். பல்வேறு விதமான எண்ண ஓட்டங்களில் சிக்கிக் கொண்டு காலெட்டிப் போட்டார் பட்டக்காரர்.

ஆயிற்று. கீழ்க்கரை முடிந்து பருத்திப்பள்ளி நாட்டையும் தாண்டி ஏழூர் நாட்டை வலம் வந்து கொண்டிருந்தார்கள். கடந்த நாலுமுறையும் யாரும் வலம் மறிக்கவில்லை. இந்த முறையும் மறிக்கவில்லையெனில் சுரட்டையன் மும்முடிப் பட்டக்காரராக மாறிப் போவார். மும்முடிப்பட்டம் என்பது பூந்துறை வரலாற்றில் இதுவரை யாரும் பெற்றிராத பராக்கிரமம். அவரது வீரமும் கீர்த்தியும் புகழும் கொங்குமண்டலம் முழுக்க அலையடிக்கும்.

அவரது கால்களின் கெச்சங்கள் குதியாளம்

போட்டுக்கொண்டு நடக்க, ஊர்ச்சனங்கள் கொண்டாட்டமாய் ஆடிக்கொண்டும், பெண்கள் சோபனத்தின் இறுதிப் படலத்தை பாடிக்கொண்டும், கொட்டுமுழக்குகள் உற்சாக கதியில் முழங்கிக் கொண்டும், செம்மண் புழுதி ஏழுப்பி நடந்தபோதுதான் அது நிகழ்ந்தது.

கட்டாரியை வீட்டுக்குள் வாங்கிப்போன சேனையன் வெறுங்கையுடன் திரும்பி வந்து சுரட்டையனைப் பார்த்துப் புன்னகைத்தான். சனங்கள் நிலைகுலைந்து போயினர். சற்றைக்கெல்லாம் அலையலையாய்ப் பரவிய சேதியால் கூட்டம் ஆரவாரத்துடன் நிரம்பியது. சுரட்டையனின் உடல் முழுக்க ஏறியிருந்த உற்சாக போதை நொடியில் சுருங்க, ஆவேசத்தின் உச்சகதி தலையில் வீங்கியது.

சற்றைக்கெல்லாம் காணியாளகாரர்கள் யுத்தத்துக்கான இடத்தை ஒழுங்கு செய்து கொடுக்க, சுரட்டையனின் நரை யேறிய மீசை துடிக்க, கச்சை வரிந்து கட்டி மைதானத்தில் இறங்கினார். கறுத்துத் திரண்ட புசங்கள் இறுகித் தெறிக்க அலட்டலில்லாமல் மைதானத்தில் இறங்கிய சேனையன் மீது குமிந்திருந்த கூட்டத்தினர் வசமாயினர். அவனது ரோமக்கால் புடைத்த மார்புகளில் முயங்கினர் பெண்கள்.

ஏழூரான் இரண்டு குறுவாள்களைக் கொண்டுவந்து இருவரிடமும் கொடுத்தான். சோபனப் பெண்கள் மறந்தே போய்விட்ட, அத்தருணத்தில் பாடவேண்டிய பாட்டு வரிகளை யோசிக்க, வயதான பெண்கள் எடுத்துக் கொடுக்க, பாட்டின் ஆவேசம் அலையடித்தது.

டன்டனக்கு டன்டனக்கு டன்டனக்கு டன்டன்
வந்திருச்சி வீரம்... பூந்தொறையின் சூரம்...
வீரந்தா ஆளவேணும் வெற்றி
மாலைதான் சூடவேணும்
கோழைதான் வீழ வேணும் அவங்
குருதிதான் ஓடவேணும்
ஓ....ஓ....ஓ...கிலுலுலுலூல்லூலூ...

குலவையடித்ததும் சங்கம் முழங்கியது. தாரை தப்பட்டை களுக்கு மருள் ஏறி அடிக்க ஆரம்பித்தன. பிடரி சிலிர்க்கும் சண்டைக் கோழிகளின் கெண்டை மடிப்புகளில் உறுமி வரிச்சியது. குதிதாளமும், அடிதாளமும், புடிதாளமும் அவர்களது உடம்பில் மாறி மாறி விழுந்தன. வேங்கைகளாக

மாற்றி விடும் பெருவித்தையை நிகழ்த்திக் கொண்டிருந்தது தாளகதி. குறுங்கத்தியின் வீச்சில் கிழிபட்டுக் கொண்டிருந்தது வீரம்.

ஆரம்பத்திலிருந்தே போரின் திசை மாறிக் கொண்டிருந்தது. இளைஞனான சேனையனின் புசவலிமையை வெள்ளிடை மலையென உணர்ந்தார் நரையேறிய சுரட்டையன். பூந்துறைப் பட்டத்தின் அதிகார ஆளுகை கண்சிமிட்டிச் சிரித்தது. போரின் உக்கிரத்தில் தனது வல்லமையடர்ந்த கைகள் தாழ்ந்து வருவதை உணர்ந்து மேலும் ஆவேசத்துடன் ஓடியாடினார். சேனையனின் அலட்டலில்லாத வீச்சில் சனங்களின் மனசு ஆரவாரிப்பதை அவரால் ஏற்றுக் கொள்ள முடியவில்லை. சுதாரித்துக் கொண்டவராய், சட்டென நிகழ்ந்த போரின் சிறுமாற்றத்தில் அந்த இளைஞனின் குறுவாளைத் தட்டினார். அது ஒரு யுத்த தந்திரத் தட்டு.

கண்ணிமைக்கும்பொழுதில் சேனையனின் கைவாள் மளுக்கென்று முறிந்து வீழ, கொல்லன் கத்திக்குள் தந்திரமாய் ஊதிச்செய்திருந்த காற்றுத்தேரை சிதறித்தெறித்தது. அவன் திகைத்துத் தடுமாற, சடுதியில் சுரட்டையன் குறுவாளை அவனது தொண்டைக்குழிக்கு வீச, அவன் சுதாரித்து விலக, கைக் கெண்டையில் பாய்ந்து குருதி கிழித்தது குறுவாள். தடுமாறிக் கீழே விழுந்தவன் மீது வெறியோடு பாய்ந்தார் சுரட்டையன்.

அந்தப்பொழுதே, காணியாளகாரர்கள் பாய்ந்து அவரைப் பிடித்துக் கொள்ள அவர் ஆவேசத்தில் துள்ள, கூட்டம் களேபரமடைந்து அங்குமிங்கும் ஓடித் திரிய, மெல்ல மெல்ல அந்த இடம் சாந்தமடைந்தது. ஏழூர்க்காணியாளகாரர் அவருக்குப் பனம்பூ மாலையை சூட்ட, சனங்கள் பெருங்குரலெடுத்து ஆரவாரம் செய்தனர்.

சோபனப் பெண்கள் சந்தோஷம் பொங்கக் குலவை போட்டனர். ஏழூரானை உற்சாகப் பெருக்குடன் தழுவிக் கொண்டு குதித்தார் சுரட்டையன். அந்த இடமே உற்சாகம் குமிழியிட்டோடியது. ஒற்றைப் பேரொளியாய் நீண்ட குரலெடுத்து கம்பீரமாய் முழங்கியது சங்கம்.

செம்போத்துப் பறவையின் தாபம் காற்றில் மிதந்து வந்து மரக்கிளையில் மோதியது. ஊரைச் சுற்றிச்

சகடமாய்க் கப்பியிருந்த மலைச் சோங்கின் பசிய மடிப்பில் பெருமாயிக்காகக் காத்திருந்தான் தவசி. சாயங்காலக் காற்றில் அசைந்து கொடுத்த கொலுமிச்ச மரத்தின் இலையைப் பறித்து வாயில் நிரடுகையில், கசியும் மெல்லிய துவர்ப்பு, அவனது உடலெங்கும் கிளர்ந்து நரம்புகளை முறுக்கேற்றுகிறது. மஞ்சள் குழைந்த அதன் இலைகள் இணைந்து இணைந்து கீழே விழுகையில் ஏற்படும் ஆனந்தத்திற்கும், பட்டாம்பூச்சிகளாய் ஒன்றையொன்று துரத்திக் களிக்கும் அடவுகளுக்கும் இடையில் ஏற்படும் கிளர்த்தலில் நிரம்பி வழிந்தான். தூவானமாய் வீழும் மழைத்துளிகளாகவும், ரெக்கை விரித்து வெளியேகும் சிறகுகளாகவும் மாற்றுகிறபொழுது கிறங்கிக் கொண்டிருந்தது. சற்றைக்கெல்லாம் பாதையெங்கும் படிந்திருந்த இலைகளில் காலடிகள் சப்திக்கும் சலசலப்பு, உடலெங்கும் கூடி வேட்கையாய்ப் பொழிந்தது.

“ரொம்பப் பொழுது காக்க வெச்சுட்டனா?” என்றபடி அவனது கைகளைப் பற்றினாள் பெருமாயி. உள்ளங்கையின் வெதுவெதுப்பு தேகமெங்கும் வெப்பமூட்ட இருவரும் உட்கார்ந்தார்கள். அவளது மடியில் தலைவைத்துப் புதைந்தான் தவசி. மருக்கொழுந்து வாசத்தில் சுழட்டியடித்தது காத்து. இருவரும் வெகு நேரம் வரை மௌனமாயிருந்ததைக் கலைத்தன, தத்தித் தத்தி அவர்களைச் சுற்றி வந்த இரு சிட்டுக் குருவிகள்.

“இன்னும் எத்தனை பொழுதுக்குத்தா இப்படியே மறைவாவே பாத்துக்கறது?” என்று அவனது நீண்ட சிகையைக் கோதிவிட்டாள் அவள். எதுவும் பேசாது அவள் கண்களையே உறுத்துப் பார்த்தவன், புன்னகையுடன் “எல்லாத்துக்கும் ஒருவிடிவு பொறக்கும்...” என்றான். அவள் கண்கள் விரக்தியுடன் நெளிந்தன.

“நாமளும் கலியாணம் கட்டிட்டு எல்லாரையும் போல வாழ முடியுமா?” என்ற அவள் குரலின் ஆதங்கத்தில், ஒருநீண்ட பெருமூச்சைப் பதிலாகத் தந்தான் அவன். சட்டென ஞாபகம் வந்தவனாய் எழுந்து பக்கத்திலிருந்த தன் உருமால் துண்டின் முடிச்சை அவிழ்த்தான். செவ்வரியோடிய கோவைப்பழங்கள் கண்சிமிட்டின. பெருமாயிக்கு மிகவும் பிடித்த பழங்கள். அவளது முகமெங்கும் ஆனந்தம் கொப்புளிக்க ஆசைப்பாடுடன் அள்ளிக் கொண்டாள். நெறந்திருக்கும் கோவைப்பழத்தின் ருசி அவளது செவ்வாயில்

இறங்குவதையும், ஒரு கிளியின் லாவகத்துடன் அதைப்பற்றித் தின்னும் அழகிலும் சொக்கிப்போய் நின்றான்.

அந்த நிலப்பகுதி முழுமைக்கும் அந்தந்தப் பருவத்தில் மழைமாரி பெய்து தங்களது வாழ்நிலை சீரும் சிறப்புமாக இருக்க வேண்டி அறுவடைக் காலங்களில் 'தவசிப்பண்டிகை' கொண்டாடுவார்கள் சனங்கள். இதில் முக்கியத்துவம் பெறுவது பதிமூனு நாள் நடக்கும் தவசிக் கூத்துதான். காலங்காலமாய் அர்ச்சுனன் தவசியாக வேசமிட்டு அவன் கூத்தாடுவதால் தனது பெற்றோரிட்ட பெயர் மறைந்து 'தவசி' என்ற பெயரே நிலைத்துப் போய் விட்ட அழகில் சொக்கி நிற்கிறது கூத்துக்கலை. அர்ச்சுனன் தவசி வேசங்கட்டுவது லேசுப்பட்ட காரியமல்ல.

அர்ச்சுனன் தன் எதிரிகளை வெற்றி கொள்ளவும், வாழ்க்கையைச் சிறப்பாக அமைக்கவும் வேண்டி 'தபசு' இருக்க வனத்திற்குப் போகிறான். அங்குள்ள ஒரு பனைமரத்தின் மீதேறி மூன்று பௌர்ணமிகள் கடுந்தபசு இருக்கிறான். அவனது தவவலிமையைக் கண்டு மெச்சிய சிவபெருமான் அவனுக்கு வரம் கொடுக்கிறார்.

இந்த நிகழ்வை கூத்தில் பதிமூனு நாட்களாக நடத்துகிறார்கள். ஒவ்வொரு நாள் இரவும் நடைபெறும் இக்கூத்தாட்டத்தில், தவசி வேசங்கட்டுபவன் பத்துநாள் பூமியில் கூத்தாடுவான். பதினோறாவது நாள் இரவு தவசிமரமேறி விட்டால், தொடர்ந்து மூனு நாள் மரத்தை விட்டு இறங்காது, அன்னஆகாரமின்றி ஆடவேண்டும். கூத்து நடக்காத பகல் பொழுதில், ஓலைக் கருக்குகளிலேயே சாய்ந்து படுத்துக் கொள்வான். பதிமூனாவது பொழுதின் நிறைந்த பௌர்ணமி மங்கும் அடுத்த நாள் விடிகாலையில், சிவபெருமாளாகப் பட்டவர் ஒரு கருடப் பறவையாக மாறிப் பறந்து வந்து, பனைமரத்தின் மீது நின்று ஆடும் தவசியை மூன்று முறை வலம் வந்து வரங்கொடுத்துப் போகும் அற்புதம் நடந்தேகும். இந்த வரம் கொடுக்கும் சடங்குதான் பிரசித்தி பெற்றது. இறையியலும், கலையியலும், வாழ்வியலும் இணைந்து கூடும் அபூர்வத்தில், தவசிக்கு வரங்கொடுக்கும்போது, அந்த நாட்டு மக்களுக்கே வரங்கொடுக்கிறாற் போல சனங்கள் எல்லோரும் எழுந்து நின்று கைகுவித்துக் குலவையடிப்பார்கள்.

அதன்பின் தவசி பனைமரத்தை விட்டுக் கீழிறங்கலாம்.

சனங்களின் குதியாட்டம் அலையடிக்கும். கூத்தும் சிறப்பாக முடிவடையும். ஆனால் கருடப்பட்சி வராத பட்சத்தில், தவசி மரத்தை விட்டுக் கீழிறங்கக் கூடாது. பொழுதானாலும் பெருமாளை வேண்டிக் கொண்டு மரத்திலேயே தபசிருக்க வேண்டும். கூத்தைப் பார்க்க வந்த சனங்களும் எழுந்து போகக் கூடாது. அந்தப்பொழுது இறங்குவதற்குள் பறவை வரவேயில்லை என்றால், தெய்வக்குத்தம் செய்தவனென தவசியைக் கறையேத்துவார்கள். தெய்வ நியமங்கள் தவறியவனாகிப் போன தவசி, அந்த மரத்திலிருந்து கீழே குதித்து இறந்து போய்விட வேண்டும். ஆனால் ஒருபொழுதும் கருடன் வரத் தவறியதேயில்லை.

இவ்வளவு சவால்களையும் ஏற்றுக் கொள்ள வலங்காரங்களோ, இடங்காரங்களோ முன்வரவில்லை. இந்தத் தவசியின் பஞ்சம உடல்தான் நெஞ்சுக் கூட்டை நிமிர்த்தியது. ஒதுக்கப்பட்ட அவனது உடலின் பஞ்சமவாசம், சத்திரிய அடவுகளாய் உருமாற்றம் பெறும்போது, வர்ணங்களற்ற வலிய உடலின் ஆதி அழகாய் வீறு கொண்டெழுந்தது. மிருதங்கக்காரனின் கைவன்மைக் கேற்ப, குதிகாலைப் பூமியில் தட்டி கெச்சத்தைப் பேச வைக்கிற அடவுகளில் பெண்டுகள் அவன்மீது பித்தமேறினார்கள். தனது உடலையே காண்டீபமாய் வளைத்து திரிபன்றியாய்ச் சுழலும் சனங்களின் உள்ளங்களை வீழ்த்திய மகாகலைஞனாக மாறிப் போனான் தவசி. அவன் ஆட்டத்திற்கு முன் அந்த அர்ச்சுனனே வந்து ஆடினாலும் தோற்றுப் போவான் என்று சனங்களின் வாக்கை வாங்கியவன்தான் அந்தத் தவசி.

பெருமாயி, சர்வ வல்லமை பொருந்திய பூந்துறைப் பட்டக் காரர் சுரட்டையனின் ஒரே குலமகள்.

தன்முகத்தை சீலை முந்தியில் துடைத்து விட்டுக் கொண்டே அவனை ஏறிட்டுப் பார்த்தாள். கோவைப்பழத்தின் இனிமையை அனுபவிக்கும் தருணத்தை அவள் ஏற்கனவே மறந்து போயிருந்தது அவளது கண்களின் கலக்கத்தில் தெரிந்தது. “நாம ஒண்ணு சேந்து வாழ்றதுக்கு இந்தநாடு உடுமா?” என்றாள். இருவருடைய முகங்களும் சாரமிழந்து போயின.

வெகுபொழுது பேசாமல் மரங்களின் அசையோட்டத்தையே பார்த்துக் கொண்டிருந்தனர். எங்கிருந்தோ ஒரு குயில்

கானக்குரலெடுத்துக் கூவிய வேளை, இதமான நெகிழ்ச்சியில் அவன் ஒரு முடிவுக்கு வந்தவனாய் அவளது கைகளை எட்டிப் பிடித்தான். எதிர்வரும் தவசிப்பண்டிகை அவனது கண்களில் அலையாடியது.

"இந்தக் கூத்து முடிஞ்ச மக்கா நாளே நாம வேற ஒரு நாட்டுக்குப் போயி கலியாணங் கட்டிட்டுப் பொழைக்கலாம்..." அவனது இறுகப் பற்றிய கைகளில் படிந்திருந்த உறுதி மெல்ல மெல்ல அவளது உடலெங்கும் எகிற ஆரம்பித்தது.

"**வே**ண்டாம் மகளே... இது எந்தக் காலத்துக்கும் நடக்காது... அவனை மறந்திடு..." சுரட்டைப் பட்டக்காரர் கோபத்தில் குமுறிக் கொண்டிருந்தார். பூந்துறைப் பட்டக் குலக் கொடியின் வமிசாவளியில் இப்படியொரு களங்கம் படர்வதை நினைத்துக் கூடப் பார்க்க முடியவில்லை அவரால். பெருமாயி பதிலேதும் பேசாமல் தன் கால் நகங்களில் தவசி பூசிவிட்ட செம்பஞ்சுக் குழம்பின் வர்ணத்தையே பார்த்துக் கொண்டிருந்தாள். சுரட்டையனின் கண் ரெப்பைகளினடியில் உறைந்திருந்த கவண்வில் சுழல்கையில், அந்த நிலப்பகுதியின் நூற்றி இருபத்தியெட்டு ஊர்களுக்குமான குலத் தலைவராகப் போற்றப்படும் அவரது வல்லமையடர்ந்த கைகள் இறுகுகின்றன. தனது தலைக்கட்டான சல்லியனிலிருந்து தொடரும் இந்தப் பட்டத்தின் குல கண்ணியம் கண்சிமிட்டிச் சிரிக்கிறது.

அந்தக் குலக் கொடியின் கீழ் வந்த வமிசாவளியில் இப்படியொரு களங்கம் படர்வதைப் பொறுக்க முடியாது. வேட்டையாடி வீட்டுச் சுவற்றில் மாட்டி வைத்திருந்த விலங்குத் தலைகளின் கீர்த்தி அவரது மீசை நுனியில் ரத்தம் சூடேறித் துடிக்க வைத்தது. திரிபன்றியடிப்பதில் பிரசித்தி பெற்ற கைகளால் தனது குலக் கொழுந்தின் கன்னத்தை நிமிண்டினார்.

"வேண்டாம் தங்கமே... அவனை மறந்துவிடு..."

காதலின் வீரியத்தை வீறு கொண்டெழுப்பும் மிருதங்கத்தின் அடியில் எல்லாமே நொறுங்குபடுகின்றன.

தவசிக் கூத்துக்குப் பொழுது குறித்து விட்டார்கள்.

இன்றிலிருந்து ஒரு மண்டலகாலம் விரதமிருந்து தவசிமரமேற வேண்டும், வரம் வாங்கவேண்டும், நாடு சிறப்படைய வேண்டும்.

இன்றைக்கு அமாவாசை. நாட்டு சனங்கள் எல்லாரும் சிவன் கோயிலில் ஒன்று கூடி பூசை செய்து, வழிபட்டு, தவசிக்கு உரு ஏற்றுவார்கள். அவன் தவசியாக மாறமாற சனங்களின் குலவை யொலி நூற்றி இருபத்தியெட்டு ஊர்களிலிருந்தும் வானேகும். அந்த நிலையில் பூந்துறைப் பட்டக்காரர் தவசிக்குக் காப்பு கட்டுவார். கோயிலுக்கு எதிரில் உள்ள பரந்த வெளியில் முளைத்திருக்கும் ஒற்றைப் பனைமரத்திற்கும் காப்புக்கட்ட வேண்டும். கோயிலின் வாசலிலிருந்து பனைமரம் வரை விரிக்கும் நிலப் பாவாடைகளின் மீது நடந்து சென்று பூலாப்பூ வைத்து பூசை செய்து காப்புக் கட்டி வருவார் பட்டக்காரர். அந்த வெட்டவெளியில் கூத்துப் பார்க்கும் சனங்கள் உட்காரும் இடத்தில், மாட்டுச் சாணத்தால் மெழுகி சுற்றிலும் சச்சதுரமாக வைக்கோற்புரியால் வளையம் கட்டுவார்கள். தீட்டான பெண்கள் தனியாய் உட்கார்ந்து பார்க்க அதில் ஒருசிறு இடம் பிரித்து சாம்பலால் கோடு கிழித்திருப்பார்கள். கூத்து நடக்கும் திட்டின் ஓரத்தில் பச்சைக் கம்மந்தட்டுகளால் பெரியகுச்சு ஒன்று வேயப்பட்டிருக்கும். காப்புக் கட்டியபின், தவசி நிலப் பாவாடையில் நடந்து குச்சுக்குச் சென்று விரதம் பிடிக்க வேண்டும். தெய்வீக நியமங்கள் ஏந்தி நேமநிட்டைகள் தவறாது காத்து வர வேண்டும்.

எதிர்வரும் அடுத்த அமாவாசையன்று மறுபடியும் சிவன் கோயிலில் பூசை நடக்கும். கூத்தாடிகளும், கதைபாடும் சூதர்களும், வாத்தியக்காரர்களும் இப்பொழுது சாதி வழக்காரங்களற்ற ஒரே வர்ணத்தில் சொலிப்பார்கள். அவர்களுக்கு சாமி வரவழைக்கப் பட்டு காப்புக் கட்டுவார்கள். அதன்பிறகு நிலப்பாவாடை விரிக்கப்பட்டுவிடும். கூத்தர்கள் அதில் நடந்துபோய் கூத்துத் திட்டை அடைந்து கம்பங்குச்சில் இறங்கிக் கொள்வார்கள். அடுத்தபொழுது வெறுமானம். அதற்கடுத்த பொழுதிலிருந்து துவங்கும் பதிமூனுநாள் கூத்து முடிந்த பிறகுதான், அவர்கள் தெரு மண்ணில் கால் வைக்க வேண்டும்.

கூத்து சிறப்பாக முடிந்தபிறகு, கம்பத்துக்குக் கட்டப்பட்ட காப்பும், கூத்தர்களின் காப்பும் அவிழ்த்து, பூலாப்பூ, மஞ்சள், ஒன்பது தானியங்களுடன் சேர்த்து ஆற்றில் விடப்படும்போது

'தவசிப்பண்டிகை' நீரின் அலை மேடுகளில் குதியாட்டம் போட்டுக் கொண்டு விடைபெறும்.

மணியின் வெண்கல நாவுகள் அசைந்து முழங்கின. தவசியின் கால்களில் விறுவிறென்று ஏறியடித்தது மருள். அவன் மனசெங்கும் அப்பியிருந்த பெருமாயியின் முகம் மங்கிக் கொண்டே போக, அவனுக்குள் தவசி உருவேறியது. சனங்கள் குலவையடிக்க அவனது காலடியில் நிலம் அதிர்ந்து கொடுத்தது. கோயில் பூசகர் ஓயாமல் மணியை முழக்கிக் கொண்டேயிருந்தார். தவசி நிலை கொள்ளாமல் அந்தரவெளியில் அதிர்ந்தான்.

எதிரில் நின்றிருந்தார் பூந்துறைப் பட்டக்காரர் சுரட்டையன். அவரது ஒவ்வொரு மயிர்க்காலிலும் பெருஞ்சீற்றம் வெடித்து அந்தப் பொழுதே தவசியைக் கொல்ல வேண்டுமென நெருப்புக் கங்குகள் சிதறின. ஆக்ரோசத்தின் ஊற்றுக் கண்களில் கிர்ரென்று மண்டை சுழட்டியடித்தது.

அவருக்கு முன் காப்புத்தட்டை பூசகர் நீட்டியதும், ஒருநிலைக்கு வந்தார். கொந்தளித்த கோபத்தைக் கட்டுப்படுத்தி அடக்கிக் கொண்டார். எலும்புக் குருத்தின் ஊண் வரை அவருக்குள் சுருண்டு கொண்டிருந்தது ஒரு மகத்தான திட்டம். 'ஆஹா... ஒழிந்தாயடா ஒழிந்தாய்...' நெருப்புக் குண்டமாய் அவருக்குள் வெடித்தன சொற்கள். காப்புக்கயிறை எடுத்து தவசியின் கையில் கட்டி இறுக்கினார்.

அதற்குள் தவசிமரம் இருந்த திக்கில் நடைமாத்துகளை விரிக்கத் தொடங்கியிருந்தான் வண்ணான்.

அது ஒரு காலத்தின் அழைப்பாகக் கருக்கொண்டிருந்தது. மிருதங்கத்தின் லாவகமான வீச்சு சப்த சுரங்களைத் திக்குகளெங்கும் உருட்டிவிட இசை லயத்தோடு பிளறியெழுந்தது பறை. தோற்கருவிகளின் அதிர்வுகளில் காற்று நடுங்க உடம்பெங்கும் துளையிட்டு வழிந்த நாகசுரத்தின் நாதம் சுழல்கிறது; மகரயாழின் நரம்புகளில் வருடும் கானத்தில் கெச்சங்களின் சிறகு விரிகிறது.

முதல்நாள் கூத்து காப்புப் பாடலுடன் ஆரம்பமாயிற்று.

பின்னணியில் சூதர்கள் பெருங்குரலெடுத்துப் பாடிய

விளக்கப் பொழிவுகளில் திரைச்சீலை ஒதுங்கி மறைய கூத்தர்கள் ஆடினர். அரங்கத்தின் முன் பிரம்மாண்டமாய் அசையும் கல்த்தீபத்தின் ஒளி நாவுகளில் ஆடையாபரணங்களின் காக்காய்ப் பொன்னுகள் மின்னலாய் வெட்டி வெட்டி ஒளிர்கின்றன. கால்களில் கொஞ்சிய கெச்சங்கள் அவர்கள் தரித்திருந்த தலைப்பாகைக்கேற்பப் பேசிச் சிரித்தன. ஒரே நேர்கோட்டில் இணையும் வாத்தியங்களின் தாளலயம் காலத்தைப் பின்னோக்கிச் சுழட்டிக் கொண்டிருந்தது.

திரைமறைப்பைச் சற்றே ஒதுக்கி பெருமாயியைத் தேடினான் தவசி. 'வராமல் இருக்க மாட்டாளே...' கூத்தின் கலா போதத்தில் நெக்குருகி நிற்கும் சனக் கூட்டத்தினூடே அவளது சூரியபிரவையைக் காணவில்லை. 'வீட்டில் ஏதேனும் விபரீதம் ஆகியிருக்குமோ?' அவன் வேர்வைக் கோடுகளில் முகப்பூச்சுக் கசிய அதிர்ந்து கொண்டிருந்தது பெருங்கலம்.

ஆடி முடித்துவிட்டு உள்ளே வந்த வீமசேனன், "தவசி, போ உன்னோட வேசந்தான்..." என்று தோளில் தட்டிவிட்டு தலைப் பாகையைக் கழட்டிக் கொண்டு ஆசுவாசமாய் உட்கார்ந்தான். தவசி தனது தலைப்பாகையை எடுத்து அணிந்தவாறே, முன் நெற்றியில் சுருண்டிருந்த கேசத்துடன் திரையை ஒதுக்கிக் கொண்டு நடக்க நடக்க, மிருதங்கத்தின் இசைச்சுருதி. கெச்சங்களின் ஜதி. கெலிப்பின் திண்தோள் அசைவு. ஆண்மையின் பூரண தரிசனம். அர்ச்சுனன்.

சூத்திரனும் சத்திரியனும் இணைந்த அபூர்வக் கலவையில் மிளிர்கிறது அர்ச்சுனனின் ஆளுமை. வர்ணங்களற்ற வலிய உடல் ஒன்றையே பிரதானமாய்க் கொண்ட ஆதி அழகின் அடக்கி வைக்கப்பட்ட உணர்வுகளாய் மிருதங்கத்தை உடைத்தெழுகின்றன கால் அடவுகள். இதுவே அவனாடும் கடைசிக்கூத்து என்பதால் கால்களின் தசைகள் தோறும் விம்முகிறது கலை வன்மை. நரம்புகளைப் பிசைகிறது வீணையின் சுர வரிசை.

வனவாசம் புகுந்திருந்த பாண்டவர்களுக்கு வியாசர் உபதேசம் செய்யும் பகுதியின் தர்ம அதர்மங்கள் கூத்தர்களின் அடவுகளில் சடசடத்தெழுந்தன. சாமவெள்ளி முளைக்கும்வரை நீண்டு, அப்பகுதி நிறைவுற, கின்னாரம் அசைந்து அசைந்து சோபனம் கூட்ட, ரெண்டாம் சாமக்குளிரில் நனைந்து கொண்டே வீடு போனார்கள் சனங்கள்.

ரெண்டாம் நாள், பங்காளிகளைப் போரில் வெல்ல சிவ பெருமானிடம் ஆயுதம் வாங்கிவரப் போவதாகவும், அதற்கு தபசு செய்ய வனத்திற்குப் போகவேண்டுமென்றும் அர்ச்சுனன் உரைத்தல். தருமரும் மற்ற பாண்டவர்களும் வாழ்த்தி வழியனுப்பும்போது, ஆகாசத்திலிருந்து தேவர்களும் ஆசி வழங்குகிறார்களென்று பாடுகிறார்கள் சூதர்கள்.

மூனாம்நாள் மாற்றத்தில் புரண்ட காட்சியில், அர்ச்சுனன் அங்கவத்திரங்கள் கலைந்து, இடுப்பு வேட்டியுடன் மரவுரி தரித்த தவசியாக உருமாறுவதைக் காண பெருமாயி வர வில்லையே என்ற ஏக்கத்தில் பல்வேறு எண்ணங்கள் அவன் மண்டையில் சுழட்டியடிக்கின்றன. 'தெய்வமே அப்படி எதுவும் நேர்ந்திருக்கலாகாது...' செம்பஞ்சுக் குழம்பு பூசிய அவன் கால்களில் முழங்கிக் கொண்டிருந்தது செண்டை.

நாலாம் நாளிலிருந்து பத்தாம் நாள் வரை, தவசி ஒவ்வொரு வனமாக ஏழுவனங்கள் தாண்டிப் போகிறான். அரக்கர்களும், கொடிய மிருகங்களும் வழிமறித்து இம்சை செய்வதை, தொம்சமாக்கி முன்னேறுகிறான் தவசி.

பதினோராம் நாள் கூத்தில், நாட்டு சனங்களும் பங்கெடுத்துக் கொள்ளும் சடங்குகள் அதிகாலையிலிருந்தே நடைபெற்றன. எல்லாரும் குளித்து, வீடுகளை மாட்டுச் சாணமிட்டு மொழுகி, மாடத்தில் தீபமேற்றி, சாமி கும்பிட்டு விட்டுத்தான் அவரவர் வேலைகளைப் பார்த்தார்கள். இரவு அனைவரும் கூத்துத் திடலுக்கு வந்து சேர்ந்தவுடன், பூசகர் தபசுக் கம்பத்துக்குப் பூசை செய்தார், நாட்டுமக்கள் எல்லாரும் கம்பத்துக்குப் பொட்டு வைத்துச் சாமி கும்பிட்டார்கள்.

தேவதுந்துபி முழங்க, மிருதங்க அடி மாறி வீழ, மத்தளம் படீர்படீரென அறைந்த இசைமாற்றத்தில் கூத்தின் போக்கு சுதியேறுகிறது. தவசிமரத்தைச் சுற்றிச் சுற்றி ஆடினான் தவசி. அவனுக்குள் அலையடிக்கும் பெருமாயியை ஒதுக்க ஒதுக்க, மண்டைக்குள் வளையமிடுகிறது அரவம். வேள்வியின் சுருதிநாதம் விசை கூட்டக்கூட்ட, அவனது கால் அடவுகள் அந்தரத்தில் எழும்பி பனைமரத்தின் கருத்த சொரசொரப்பில் கால் பாய்ச்சின. சனங்கள் குலவை போட்டார்கள்.

உருண்டு திரண்டிருந்த மரத்தைத் தாவி மேல் எழுகிற ஒவ்வொரு எட்டுக்கும் சூதர்கள் விருத்தம் பாட ஆரம்பித்தார்கள். மக்களில் ஒருசிலர் முந்தியில் முடிந்து

வைத்திருந்த தானியங்களை வீச ஆரம்பித்தார்கள். தனக்கு மேலே உயர்ந்திருக்கும் மரத்தின் தூரம் நீண்டு கொண்டே போவது போலத் தோன்றியது அவனுக்கு. ஒவ்வொரு முறை தாவும் போதும் பெருமாயித்தவசியிலிருந்து அர்ச்சுனத்தவசியாக மாறும் உருவேற்றம் அது. வாழ்வுக்கும் கலைக்குமான உணர்ச்சிப் போராட்டமாக அத்தாவல் இருந்தது. பெருமாயியின் ஆக்கிரமிப்பிலிருந்து தபசியின் மனோ நிலைக்கு வருகிற தாவல் அது. காலத்தினூடே தாவிய முடிவற்ற பாய்ச்சலாகப் பயணம் போகின்றன கால் அடவுகள். காலவெளியில் சுழல்கிறது தபசு.

சூதர்களின் அடித்தொண்டையில் எழும்பும் வெண்கலக்குரல் உயர்ந்து உயர்ந்து இருள் குழைந்த புறங்காடுகளில் பாய்ந்தோடியது. ஊரை விட்டுக் கிழகோட்டில் தள்ளியிருந்த குன்றின்மீது அடர்ந்த வனத்தின் சூனியத்தை உலுக்கியது தவசியின் சுதி. ஆகாயத்தை ஓங்கியிருந்த வலுவான மரக் கிளைகளில் பரண் கட்டிப் படுத்திருந்தார் சுரட்டைப் பட்டக்காரர்.

பெருமாயியிடம் தனது அத்தனை திறன்களையும் கையாண்டு பார்த்து விட்டார். அவள் எதையும் கேட்பதாக இல்லை. அப்பொழுதே அவளை இரு கூறாகப் பிளந்து போட வேண்டுமென்ற வெறி எழுந்தாலும், தனது குலம் தழைக்க நிற்கும் ஒரே குலக் கொழுந்தின் வாசம் காப்பாற்றி விட்டது.

இணை பிரிந்து கூவும் சக்கரவாகப் பறவையின் கூவல் காற்றில் மிதந்து வந்து மரக்கிளையில் மோதியது. இரண்டாம் சாமம் ஆரம்பித்து ஒரு நாழிகை ஆகியிருக்குமென எண்ணங்கள் அசை போட்டன. தொடர்ந்து கூவும் சோகத்தின் சுருதியில் கசியும் அவலச் சுவை அவரது உடலெங்கும் சீறி எடுத்தது. சுரீரெனக் காதுகள் விரைக்கின்றன. 'தவசியைக் கொல்ல வேண்டும்...' ஆவேசத்துடன் எழுந்ததில் கிளைகள் அசைந்து பறவைகள் சடசடத்தன. கால் மாட்டிலிருந்த ஞெலிகோலைக் கடைந்து சுளுந்து கொளுத்திக் கொண்டு சுற்றிலும் நோட்டம் விட்டார். தலையைச் சிலும்பிக் கொண்டோடிய ஒளிக் கீற்றுகள் பட்டு மங்கியது, நிறைந்த பௌர்ணமியின் பால்வண்ணம்.

கவண் வீசியடிப்பதில் அந்த நாட்டிலேயே அவருக்கு

இணை எவருமேயில்லையென்று சொல்லும் வண்ணம் ஆகாயத்தில் பறந்து போகும் பறவைகளையும், பாய்ந்தோடும் சிறு விலங்குகளையும் வீழ்த்துவதில் சாமர்த்தியசாலியாய் விளங்குபவர். அவரது கைவன்மையில் கவண்கல் சுழன்று சுழன்று சக்ராயுதமாக உருமாறும். தீர்க்கமான இலக்கு நோக்கிய கண்களின் தீட்சணத்திலும், உள்ளங்கையின் இறுக்கு விசையில் லாவகமாய்ச் சுழலும் முஷ்டி வன்மையிலும் அந்த நுட்பத்தின் ரகசியம் பதுங்கியிருப்பதை சின்ன வயசிலேயே உணர்ந்து கொண்டார். அந்த சூட்சுமத்தை ஓயாது மேலும் மேலும் செயல்படுத்தி சிறந்த வில்லாளியாக மாறிப் பெருமை காத்தார்.

கவணை எடுத்து ஆசையாக நீவிப் பார்த்தார். அவருக்குள் சொலித்துக் கொண்டிருக்கும் ஆக்ரோசம் அதற்குள் பாய்ந்தது போல ஒரு விறுவிறுப்பு எகிறிக் கொண்டிருந்தது. தனக்கு நேரப் போகின்ற சிறுமையை இந்தப் பெருமையில்தான் போக்க வேண்டும். சுழன்றடிக்கும் ஊதல் காற்றினூடே அசைந்தாடிக் கொண்டிருந்த சுளுந்து வெளிச்சம் அவரது முகத்தில் சீறுகிறது.

பழியெடுக்க வேணும் பங்காளிமாரையே
பாசுபதாஸ்திரம் வேணுமய்யா...
வரங்கொடுக்க வேணும் தருமங்கொலிக்கவே
வச்சிராயுதம் வேணுமய்யா...

பாட்டின் ரத்தநாளங்களில் சுழன்றாடிக் கொண்டிருந்த தவசியின் கால் ஜதியில் துளிர்த்தது சிவ விருத்தம். மரத்தின் தலையில் விரிந்திருந்த பனையோலைகளின் நடுவே காலூன்றிய கடைசிப் பொழுது ஆசுவாசம் களைப்பேற்றுகிறது.

கருடபகவான் பிரசன்னமானதும் பாசுபதாஸ்திரத்துக்குப் பதிலாக தாங்கள் இருவரும் ஒன்று சேர்ந்து வாழ வரம் அருளுமாறு கேட்க வேண்டுமென அவனது கண்கள் பனித்தன. ‘இவ்வாறெல்லாம் எண்ணுதல் சரியோ? விரத நிலையழிந்து போகுமோ...? கருடன் வராமல் போய்விடுமோ...? வராவிட்டால்...?’

நிலத்தின் கிடுகிடு பாதாளம் ஏழாவது வனத்தில் தவசியை விழுங்க வந்த அரக்கனைப்போல வாயைப் பிளந்து கொண்டிருந்தது. அவன் கால்களில் கொறக்குளி ஏறிச் சிலீரிட்டது. இப்படியெல்லாம் ஒருநாளும் எண்ணியதில்லை அவன்.

கால்களை உதறிக் கொண்டவனாய் கீழ்நோக்கி பார்வையைத் துழாவினான். சிறுத்துப் போயிருந்த சனக் கூட்டத்தின் உருவங் களில் கோவைப்பழமில்லை. 'கடைசி நாளான இன்னைக்கும் ஏன் வரவில்லை? ஏதோ நடந்துபோச்சு...'

அந்தர வெளியில் அசைந்த விசனத்தில் பெருமாயியின் சிரிப்பு மிதந்து வந்தது. அவனது வாழ்வுக்கும் சாவுக்குமான இடைவெளியை ஒரே சீராக மீட்டிக் கொண்டிருந்தது தம்புரா.

திடீரென வாயுதேவனின் இடிமுழக்கமாக அவன் தேகமெங்கும் படார் படாரென அறைந்து நொறுக்குகிறது மத்தளம். மின்னலாய்க் கண்களைக் குருடாக்குகிறது கின்னாரம். வருணதேவனின் ஆவேசமான வீச்சாக யாழும், தம்புராவும், வீணையும் பேய்மழையாய்ப் பொழிகிறது. ஒருகணம் தடுமாறிப் போனான் தவசி.

சுதாரித்துக் கொண்டவனாய் ஓலைக் கருக்குகளில் சாய்ந்து சாய்ந்து, ஒரு கலைக் கூத்தனின் லாவகமான அடவுகளில் அந்த இசைமொழியின் அரூபங்களை சாமர்த்தியமாகப் பிடித்து விலா இடுக்கில் வைத்து ஞெமுக்க ஆரம்பித்தான். மத்தளமும், மிருதங்கமும் சொங்கிப் போக ஆரம்பித்தன. யாழும், வீணையும் கெஞ்சிக் கெஞ்சித் தவ்வின. சனக் கூட்டத்திலிருந்து "அர்ச்சுனா... அர்ச்சுனா" என்று கைகூப்பும் குரல்கள் வான்நோக்கி உயர்ந்தன.

தபசைக் கலைக்க வரும், வாயு தேவனையும் வருண தேவனையும் விலா இடுக்கில் வைத்து ஞெமுக்கும் சத்யாவேசம், இடிமின்னல் வரும்போது 'அர்ச்சுனா... அர்ச்சுனா...' என்று சனங்கள் வேண்டி வழிபடும் அய்தீகத்தின் அழகியலாக மலர்ந்து கொண்டிருந்தது.

இசை மெல்ல மெல்லத் தேய சூதர்கள் ஆடிப் பாடினர். தவசி களைப்புடன் ஓலைகளைப் பற்றினான்.

கரிய இரவு கவிந்திருந்த தாவரங்களின் மீது விடிகாலை வெளிச்சம் மெல்லப் புரண்டு கொண்டிருந்தது. விடிகாலைப் பறவைகளின் கீச்சொலியும், ரெக்கைகளின் படபடப்பும் காட்டின் இறுக்கத்தைத் தளர்த்திக் கொண்டிருந்தன. சிறுதும் கண் துஞ்சாமல் விடிய விடிய பரணில் இங்கும் அங்குமாக நடந்து கொண்டிருந்ததில் கால்கெண்டை

மடிப்புகள் வலித்தன சுரட்டையனுக்கு. சோர்ந்து போன கண்கள் வானத்தில் நாலாபுறமும் சுழன்றேக, உள்ளங்கையில் வெறியுடன் பதுங்கியிருந்தது கவண்.

பாட்டின் கண்ணிகள் மங்கிய காற்றில் மிதந்து கொண்டிருந்தன. அவர் நின்று கொண்டிருந்த பரண் தீக்கணப்பாய் கொதிக்க, அவரது திரேகம் முழுவதும் காலத்துளிகள் எரிந்து விழுந்தன.

'எங்கே அந்த கருடப்பறவை...? தவசியின் உயிர் எங்கே...?'

ஆகாயமார்க்கமாய் தவசியுடைய அவலக்குரலின் இறைஞ்சுதலுக்கு செவிமடுத்துப் பறந்து வரும் அந்தப் பறவையை இன்னும் காணவில்லை. வானத்தில் சுழன்றோடிய அவரது பார்வை முழுக்க வெறுமையடித்தது.

கவணை மேலும் கீழும் சுற்றி வாகு பார்த்தார். கயிற்றின் விசை அரவமாய்ச் சீறியது. பௌர்ணமி வெளிச்சம் மெல்ல மங்கிக்கொண்டிருக்க வானம் வெளுக்க ஆரம்பித்தது.

அந்தப் பொழுதில் அவரது பாம்புச் செவி விறைத்தது. மிக மெல்லிசாக ஒரு கிரீச்சொலி மற்ற பறவை ஒலிகளிலிருந்து தனித்துக் கேட்கிறது. அவரது கண்கள் கூர்தீட்டிச் சுழன்றன. திரேகம் முச்சூடும் பரபரக்க, திக்குகளெங்கும் சுழட்டியடித்தன. இறைஞ்சி நிற்கும் சூதர்களினுடைய வெண்கலக்குரலின் ஓங்காரத்திற்கு எதிர்ச்சுருதி கூட்டும் கூவல்.

அவருக்குள் அரவம் பாய்ந்து பாய்ந்து பிடுங்க, முஷ்டிகள் புடைத்திறுக, ஆகாசத்தின் கிழதிசையில் எழுந்த அந்தப் பறவையைப் பார்த்தார் அவர். ரெக்கைகளை மலர்த்திக் கொண்டு அலகை நீட்டியபடி அந்தரவெளியில் விரைந்து வரும் அற்புதம். வன்மமோடிய முஷ்டியின் சுழற்சியில் உள்ளங்கை இறுகுகிறது. நிறைந்த பௌர்ணமியைக் கடந்து ரெக்கை விரித்த அதன் ஆலாபனக் குரலில், கால்ப் பெருவிரலையூன்றி ஒரே இறுக்கு. ரெக்கைகளைப் படபடவென்று அடித்துக் கொண்டு வீழ்ந்தது பட்சி. தலைகீழாய் நின்று கொண்டிருந்த தாவரங்களின் பசிய மடிப்புகளில் பிய்ந்தோடிய இறகுத்தூவிகள் சுழித்துக் கொண்டிருந்த காட்சி அவரது கண்களில் நிறைந்தது.

ஹ்ஹா...

வலங்கையாரமாய் அசைந்த அவரது கங்கணக் காப்பு

குதியாட்டம்போட 'சுரட்டையன் குறி என்னைக்கும் பெரட்டியதில்லை' என்ற செலவாந்தரம் மீசையை முறுக்கி விட்டுக் கொண்டது.

சாளரத்தின் வழியே கசியும் இசைக்கிரணங்களை அருந்திக் கொண்டே சாதகப்புள்ளாய்க் கிடந்தாள் பெருமாயி. இந்தப் பதிமூனு பொழுதுகளும் அவளுக்குள் யுகயுகங்களாய்க் கழிந்து கொண்டிருந்தன. சூரிய வெப்பம் வீசும் பகல் முழுவதும், காலத்துக்குத் தன்னைத் தின்னக் கொடுத்து விட்டு விரக்தியின் வெம்மையில் மூலையில் முடங்கியிருப்பாள். வசவசப்பான குளிர்ச்சியேற்றும் இரவில் கூத்தின் இசைபோதத்தில் பாய்ந்தெழுவாள். தவசியின் கால் அடவுகள் வீசும் ஜதியில் ஆடி முகிழ்ப்பாள். அவளது உடல்மொழியும் தவசியின் உடல் மொழியும் ஒரு லய அசைவில் ஒருங்கிணைந்து அவளே தவசியாக மாறிப்போவாள். சனங்களும், வாத்தியங்களும், சூதர்களும், தபசுக்கம்பமும் அவள் கண்முன்னே விரிந்து கொண்டேயிருக்கும்.

பட்டக்காரர் கனிவான வார்த்தைகளால் தங்களது குலகௌரவத்துக்கு ஏற்படப் போகும் பாதிப்பை எடுத்துச் சொன் னார். அவரது கெஞ்சலையும் மிஞ்சலையும் பொருட் படுத்தாத அவளது உடம்பை சாட்டவார் வீறி எடுத்தது. வீட்டின் கதவுகள் அடைபட, பெருமாயி சிறைப்பட்டுப் போனாள்.

விடிந்து கொண்டிருந்த வெளிச்சத்தில் மிதந்து வந்த பாட்டுக் கண்ணிகளில் அபிநயமாய் சுருண்டு சுருண்டு தவசியாக மாறிக் கொண்டிருந்தாள். 'தன் வாழ்விலும் இனி வெளிச்சம் கூடுவதை யார்தான் தடுக்க முடியும்?' இன்னும் கொஞ்ச நேரத்தில் தன் வாழ்நிலை மாறப் போகிறது என்ற குதியாட்டத்தில் அவளது மயிர்க் கால்களெங்கும் புத்துயிர்ப்பூட்டியது. ஆனந்தக்களியில் திளைத்தாடிக் கொண்டிருந்தது கலையின் அற்புதம்.

திடீரென்று சாவின் வாசனை குறுகலான சுவர்களை இறுக்குகிறது. பல்கிப் பெருகிய காற்றைத் துளைத்து சாளரத்தின் வழி சருகுகளை அள்ளி வீசுகிறது. அந்தர வெளியெங்கும் அழுங்குகிற சடசடப்பின் எல்லையற்ற நிழலாக ரெக்கைகளைப் பரப்பிக் கொண்டு முன்றிலில் வந்து

வீழ்கிறது கருடன். அந்தக் கணத்தில் அவளுக்கு எல்லாமே புரிந்து போயிற்று.

துள்ளியெழுந்த விசையில் அடிப்புறமற்ற அதிகாலைப் பொழுது அவளது காலுக்குக் கீழே பிளக்க, பூட்டப்பட்ட கதவின் கணையத்தில் மோதிச் சுழன்றது அவளது தலை. கண்களைக் கப்பியது அவளைச் சுற்றி வளைத்திருந்த சுவர்களின் அரண். பூமியைக் குடைந்து கொண்டு போகிறவளாய் வெறி கொண்ட கைகளில் நகக்கண்கள் பிய்ந்து போக, செம்மண்ணைச் சாடிப் பறித்தாள். கண்கள் இருண்டு கொண்டேவர, சாளரவெளியில் கிடக்கிறது அவள் வாழ்வு.

சட்டென உடுக்கையின் ஒற்றைப்பேரொளி அவளுக்குள் ருத்திர மேற்றியது. ஒரு தீர்க்கமான முடிவுக்கு வந்த அவளது கண்களில் ஒளி பளீரிட்டது. அந்தமுடிவு அவளுக்குள் உருண்டோடிய பொழுதில் பறவையினத்துக்கேயுரிய நடுக்கம் அவளது அசைவுகளில் விம்மியெழுந்தது. பறவையின் குணாம்சமாக பக்க வாட்டில் அசையும் பார்வையில் அவள் பெண்ணாக இல்லை, கைகளைப் பரப்பிக் கொண்டு மண்டியிட்டெழுந்து சாளரத்தின் முகமாய் உட்கார்ந்த பறவையாயிருந்தாள்.

"கடவுளே, என் உயிரை எடுத்து அந்தப் பறவைக்கு உயிர் கொடு..." அவளது பிரார்த்தனையின் ஓயாத உச்சரிப்பில கரைந்து கரைந்து அவள் உடல் சரிந்து பூமியில் விழவும், முன்றிலில் வீழ்ந்திருந்த பறவையின் ரெக்கைகள் படபடத்து ஆகாயத்தில் எம்பவுமான அற்புத ஜாலம் நடந்தேகியது.

தபசுக்கம்பத்திலிருந்து உருகி வழிந்த இசைத்துதியின் ஆலாபனம் நாலாத் திக்குகளிலும் எதிரொலிக்க, உடுக்கையின் தாண்டவம் ஏறியடிக்கிறது. அந்தப் பொழுதில் பறவையின் கூவல் அரங்கம் முழுவதும் ஊடுருவ, சனங்கள் பரபரப்படைந்தனர். தூரத்தே சிறகு விரித்த பறவையின் கண்கள் கடுகி வந்தன மரத்தை நோக்கி. வாத்தியங்கள் உச்சகதியில் முழங்கின. தவசியின் கால்களில் புத்துணர்ச்சியேற, அடவுகள் மாறிவீழ, அந்த ஜதிக்கேற்ப அசைந்து அசைந்து கம்பத்தைச் சுற்றுகிறது பறவை. சனங்கள் பரவசத்துடன் எழுந்து கை கூப்பித் தொழுது, குலவையடிக்க கருடதரிசனத்தின் ஆனந்தக்

கௌதம சித்தார்த்தன் | 103

களியில் புல்லாங்குழல் சனங்களின் உடலெங்கும் துளையிட்டு ஊதுகிறது. அந்தக்கூத்து வெளியெங்கும் குதியாட்டம் போடுகிறது. தவசி ஓலைக்கருக்குகளில் சாய்ந்து கொண்டு மெய்மறந்து நிற்கிறான். ரெக்கைகளைக் கடைந்து கடைந்து கிழ திசையில் போய் மறைகிறது பறவை.

மெல்ல விடிந்து கொண்டிருந்த அதிகாலை வெளிச்சத்தில் பறவையின் கூவல் ஒலி கேட்டது. அவனும் அவளும் பரபரப்புடன் வானத்தை நோக்கினார்கள். பூசாரி பயபக்தியுடன் எழுந்து கண்களை மூடி வேண்டினார். சற்றைக்கெல்லாம் கருடப் பறவையின் ரெக்கையடிப்பில் அந்த இடமே துலக்கம் பெற்றது.

படப்புக்கல்லின் மீது உட்கார்ந்து கோவைப் பழங்களை தன் கூரிய அலகால் கொத்திச் சுவைத்தது. அவர்கள் மெய்மறந்து கைகுவித்தார்கள். ஓரிரு கணங்களில் பழங்களைக் கவ்விக் கொண்டு எழுந்து ரெக்கைகளை அசைத்தபடி பறந்து போய் விட்டது.

பூசாரி அந்தப் படப்பை எடுத்து வந்து பூசை செய்து அவர்களிடம் நீட்டினார். நிறைந்த சந்தோசத்தில் திருநீறு வாங்கி இட்டுக் கொண்டு, குன்றை விட்டு, ஊரை நோக்கி இறங்கினார்கள். 'இனி கவலையில்லாமல் அவரவர் வேலையைப் பார்க்கலாமென்றும், எல்லாவற்றையும் பெருமாயி பார்த்துக் கொள்வாள், தங்களது காதல் தன்னால் நிறைவேறுமென்றும்' ஆனந்தக் கூத்தாடின அவர்களது எண்ணங்கள். மானம் துலாம்பரமாய் விடிந்திருந்தது.

(நன்றி: **உன்னதம், தொனி**)

அஞ்சாங்கரம்

தெல்லாட்டம் ஆடிக் கொண்டிருந்த லச்சிமியின் ஆடு மேய்ச்சல் நிலத்திலிருந்து தப்பி சோளக்காட்டை நோக்கி பம்மிக் கொண்டிருந்தது. தெல்லுக்காயை நோக்கி நொண்டியிட்டுக் குதிப்பவளைத் தடுத்து நிறுத்திய ராசாத்தி, "ஆடெல்லா சோளக் காட்டுக்குப் போய்டிச்சி... போயி திருப்பீட்டு வா..." என்றாள்.

"போன விசை நாந்தானே போனே... இப்ப நீ போய்ட்டு வா..." என்று முகத்தைத் திருப்பிக் கொண்டு கரத்துக்குள் இறங்கியவளின் சடையைப் பிடித்து இழுத்தாள் ராசாத்தி.

இருவரும் மல்லுக் கட்டும் அழகை மரநிழலில் குத்துக்காலிட்டு அமர்ந்திருந்த ரங்குப்பாட்டி ரசித்துக் கொண்டிருந்தாள். கை சாடையிட்டு அவர்களிருவரையும் அழைத்தாள். முணுமுணுத்துக் கொண்டே அருகில் வந்தனர் இருவரும். பாட்டி அடித் தொண்டையில் ஆடுகளை நோக்கிக் குரல் எழுப்ப, மேய்ச்சல் காட்டை நோக்கித் திரும்பின அவை. அவர்களிருவரும் மகிழ்ச்சியுடன், பாதியில் விட்ட ஆட்டத்தை விளையாடப் போக, பிடித்துக் கொண்டாள் பாட்டி.

"ஒக்காருங்கடி... தெல்லாட்டம்ன்னா என்னானு தெரியுமா ஒங்களுக்கு...?"

"ஓ..." இருவரும் உற்சாகமாய்த் தலையசைத்தனர்.

“அதில்லடியம்மா, சமைஞ்ச கொமுறிகள் இதை விளையாடக்கூடாது. ஏன்னு தெரியுமா?”

அவர்கள் தலையைத் தலையை ஆட்டவே,

“அப்றம், இந்த அஞ்சாங்கர ஆட்டம், மொதல்லே வெளையாடும்போது நாலு கரமாத்தா இருக்கும்... ஆனா, வெளையாடற ஆளை கருப்பராயன் தொட்டுட்டான்னா, இந்த வெளையாட்டு அஞ்சாங்கரமா மாறீடும்... இதெல்லா உங்களுக்குத் தெரியுமாடி?” என்று பொக்கை வாயைக் காட்டிச் சிரித்தாள்.

அந்தப் பேச்சில் ஒளிந்திருந்த விடுகதையின் புதிர் அவர் களிருவரையும் வியப்பில் மலைக்க வைத்தது. அப்படியே சொக்கிப்போய் உட்கார்ந்து கொண்டனர்.

“கருப்பராயன்னா யாரு பாட்டி...?”

“இப்ப, கருப்பராயனுக்குப் பதிலா உத்தியிலே கருங்கல்லே வெச்சி வெளையாடறீங்களே... அதுதான் கருப்பராயன்...”

தலை கிறுத்துப்போய் இருவரும் கிழவி முன் உட்கார்ந்தனர். அவள் சாவகாசமாய் காலை நீட்டிக் கொண்டு, வெத்திலையை கல்லில் வைத்து இடித்து வாயில் போட்டு இடுக்கிக் கொண் டாள். வெத்திலைச் சாறு அவளுக்குள் கிறக்கமாய் இறங்கியது.

ஆட்டம் ஆரம்பமானது. முதல் கட்டத்தில் வட்ட வடிவமான தெல்லுக்காயை வீசியெறிந்தாள் தேவனாத்தா. நொண்டியடித்துக் கொண்டே அந்தத் தெல்லுக்காயை குறுக்கும் நெடுக்குமான கோடுகளில் படாமல் நகர்த்திக் கொண்டு நாலாவது கட்டம் வரை கொண்டு போக வேண்டும். ஆட்டக்களத்தைச் சுற்றிலும் ஆடுமாடு மேய்க்கும் சிறுவர் சிறுமியர்கள் குமிந்திருந்தார்கள். அந்த அஞ்சாங்கரம் ஆட ஆரம்பித்தாலே ஒரே கொண்டாட்டந்தான். ஆடுமாடுகள் மேய்ச்சல் நிலத்தை விட்டு நகர்ந்து வெள்ளாமைக் காட்டில் வாய் வைப்பது கூடத் தெரியாமல் ஆட்டத்தின் போக்கில் அடைபட்டுக் கிடப்பார்கள். அது ஒரு மாயவித்தை நிறைந்த விளையாட்டு.

இதுவரை யாரும் அந்த சாலகத்தில் ஜெயித்ததில்லை.

மிகப்பெரிதான ஒரு சதுரக் கட்டத்தில் பெருக்கல் குறி போன்று குறுக்கு வாக்கில் கோடு கிழித்த நான்கு கரங்களில் ஆட்ட விதிகள் கட்டமைகின்றன. அதன் நடுமையத்தில் காலில் உந்திச் சுழித்த உத்தி தான் கருப்பராயன் குழி. அதில் நின்றிருக்கிறான் பஞ்சமனான கருப்பராயன். பெண் பிள்ளைகள் மட்டுமே விளையாடும் ஆட்டத்தில் ஒரே ஒரு ஆண்.

கருப்பராயன் இல்லாமல் ஒரு போதும் அஞ்சாங்கரம் ஆடமுடியாத போக்கில், அந்தத் தருணத்திற்கு வாகாக வந்து சேருவான் அவன். கண்ணி வைத்துப் பிடித்த காக்கா குருவிகளை வேப்பமரத்தில் மாட்டி விட்டு கருப்பராயன் குழிக்குள் இறங்கும்போது ஆட்டம் களைகட்ட ஆரம்பித்து விடும். ஆட்டம் முடிந்து குருவிகளைத் தூக்கிக் கொண்டு பெருமிதத்துடன் நடக்கும் அவனது கருத்த கால்களில் அப்பியிருக்கும் புழுதியில், கெலிப்பு வாசம் வீசும்.

நொண்டியடித்தபடி தெல்லுக்காயை நகர்த்திக் கொண்டே ஒவ்வொரு கட்டமாக வலம் வரும் பெண்ணானவள், கருப்பராயனின் தொடுதலுக்குத் தப்பித்து நான்கு கரங்களையும் தாண்டி விட்டால் ஜெயித்தவளாவாள். ஆனால், கருப்பராயன் தொட்டு விட்டால் தீட்டுப்பட்டவளாவாள். அவன் தொட்ட மறுகணமே, நாலு கட்டங்களின் தலையில் ஒரு பெரிய அஞ்சாங்கட்டம் முளைத்து விடும். அதற்குள் நுழைந்துதான் ஆட்டக்காரி வெளியே வரவேண்டும். 'அது அவமானகரமானது; அதற்குள் வைக்கும் குதிகாலில் காக்காய்க் கொப்புளங்கள் வந்து விடும்' என்று பாட்டி சொல்லுவாள். அதையும் மீறி அஞ்சாங்கரத்திற்குள் நுழைந்தால் கருப்பராயனின் ஆளுகைக்குப் பணிந்துதான் அதிலிருந்து வெளியேற முடியும். அது வெற்றிக்கு ஒப்பானதாகாது. அதனாலேயே, கருப்பராயன் தொட்டதும், தோல்வியை ஒப்புக் கொண்டு ஆட்டத்திலிருந்து விலகி விடுவார்கள் ஆட்டக்காரர்கள்.

தேவனாத்தா நொண்டியடித்துக் கொண்டே முதல் கட்டத்தில் இறங்கி தெல்லுக்காயை மிதித்தாள். அதன் கூம்பு வடிவக் கட்டம் சட்டென சுருங்கி விட்டாற்போல தெரிந்தது. கையகலக் குழியான கருப்பராயன்-குழியில் நின்றிருந்த கருப்பராயன், கட்டத்தின் குறுக்குக் கோட்டில் கண்களைச் சுழட்டிக் கொண்டு நடக்க ஆரம்பித்தான். தேவனாத்தா

அவனது தொடுதலுக்கு எட்டாமல் லாவகமாக ஒதுங்கிக் காலெடுக்க, தெல்லுக்காய் துள்ளிக் குதித்தது.

இந்த ஆட்டத்தின் போக்கைப் பற்றி அவளது பாட்டி நிறையச் சொல்லியிருக்கிறாள். அவள் போடும் கதைகளை விடவும், இந்த ஆட்டத்தின் சூத்திரங்கள் பற்றிக் கதைக்கும் கதைகள்தான் அவளுக்கு நிரம்பப் பிடித்தமானவை. 'கட்டங்கள் தோறும் கருப்பராயனின் கைகள் நீண்டு கிடக்கும் கண்ணே, கவனமாக ஆட வேண்டும்...' ஒவ்வொரு கட்டத்துக்கும் ஒரு வாசனை இருக்கிறதென்றும், கட்டத்தில் கால் வைத்த உடன் வேறொரு உலகத்தின் வாசல் திறந்து கொள்ளும். அதற்குள் நடக்க நடக்க அதற்கேயுண்டான அற்புதங்கள் தன்னைச் சூழ்ந்து கொள்ளும். அதன் மாய வினோதங்களில் மயங்கி நொண்டிக் காலைத் தரையில் ஊன்றி விட்டால் தோல்வியடைந்து போவதுதான். பாட்டி அந்த அற்புதமான ஆட்டத்தைப் பற்றிப் பேச ஆரம்பித்தால் விடிய விடியப் பேசிக் கொண்டேயிருப்பாள். ஆகாசத்தில் குழந்தை நட்சத்திரங்களுக்குக் கதை சொல்லும் பாட்டி நட்சத்திரம் கூட, அவர்களது கதைப்பைக் கண் சிமிட்டாமல் கேட்டுக் கொண்டிருக்கும் அதிசயத்தில், பூரித்துப் போவாள் தேவனாத்தா.

ஓரக்கண்ணால் கருப்பராயனை நோட்டம் பார்த்துக் கொண்டே தெல்லுக்காயை நகர்த்த ஆரம்பித்தாள் அவள். தோள் மேல் காய்ச்சிய வெயிலின் சூடு மண்ணில் பாவாமல் அவளது உள்ளங்காலில் குளுமை ஏற, அந்தக் கட்டம் குளுந்து கொண்டே வந்தது. அவள் பரபரப்புடன் மூக்கை உறிஞ்சி வாசனை பார்த்தாள். அவளது அம்மா கம்மஞ்சோறு கிண்டும் போது எழும்பும் வெதுவெதுப்பு முகத்தில் மோதியது. தலை துளும்பியடிக்கும் வேனல் காத்தில் கம்மங்கருதுகள் ஆடியாடி அசைய அந்தக்கட்டம் முழுக்க கம்பங்காடாய் விரவிக் கிடந்தது. கம்மம் பூட்டைகளை நுள்ளி உள்ளங்கையில் வைத்து கசக்கி கொம்மைகளை ஊதினாள் அவள். அவை கம்மங் கொல்லைப் பொம்மை மீது பட்டு அதன் உடம்பெங்கும் அரிப்பேற்படுத்த, உடலெங்கும் சொறிந்து தள்ளுகிறது அது. கம்மம்பாலின் ருசி தொண்டைக் குழிக்குள் இறங்கும்போது ஏற்படும் தித்திப்பு அவள் எச்சிலில் சுரந்தது. அவளது முகமெங்கும் கம்மங் கருதுகள் முளைத்தன. கிச்சுமுச்சு கிச்சுமுச்சு என்று கத்திக்கொண்டு குருவிகள் அவளது முகத்தில் ஆய்ந்தன. அவளது உடம்பெங்கும்

கிலுக்கமெடுத்தது. ஆயலோட்டுபவனின் சத்தம் அவளது முதுகில் துரத்த ஓடிக் கொண்டிருந்தாள் அவள். ஓட ஓட அவளது ஆடைகள் பெரிதாகிக் கொண்டேயிருந்தன. குப்புறடித்துக் கொண்டு விழுந்தவளை, கம்மந்தட்டுகளால் வேய்ந்த குச்சில் குத்துக்காலிட்டு உட்கார வைக்கிறார்கள். சரேலென கவண் கல்லின் விசை அவளது முகத்தை நோக்கிப் பாய, சடுதியில் ஒரு தேன் சிட்டின் லாவகத்துடன் சுதாரித்துத் தலையைத் திருப்பிக் கொள்ள, காதுகளின் ஓரத்தில் விசிறிக் கொண்டு போனது காத்து.

கருப்பராயனின் குறி என்றைக்கும் தப்பாமல் இன்றைக்குத் தப்பிப் போனதில் ஒருகணம் திகைத்துத் தடுமாறிப் போனான். அவமானத்தால் தனது குருதிநாளங்களில் உறைந்திருந்த முப்பாட்டன்களின் உடையாத குமிழிகள் வெடித்துச் சிதற உடலெங்கும் ஆவேசம் துளும்பியது.

அந்த ஆட்டத்தில் அவனை ஜெயிப்பதென்பது, அவனை மட்டும் ஜெயிப்பதல்ல; காலங்காலமாய் காலடியில் மிதித்து வைத்திருக்கும் ஒரு இனத்தையே ஜெயிப்பது. நூற்றாண்டு கால வஞ்சம் அவனது கைகளில் பரபரக்க கண்கள் நெருப்புக் கங்குகளாகிக் கொண்டு வந்தன. விடமாட்டேன். இந்த விளை யாட்டில் கருப்பராயனை மீறி யாரும் ஜெயித்ததாக வரலாறு எழுதக் கூடாது.

அந்த ஆட்டத்தில் உயர்சாதிக்காரர்கள் மட்டுந்தான் விளையாடுவார்கள். ஆனால், அந்த ஆட்டத்தின் மையப்புள்ளியாக ஒரு பஞ்சமன்தான் இருக்க வேண்டுமென்று அந்த விளையாட்டை வகுத்து வைத்தவன் ஒரு மிகப்பெரிய ஞானவான். நால்வருண வஞ்சனத்தைக் கட்டங்களாக்கி தெல்லாட்டம் என்கிற வஞ்சனையாட்டமாக எதிர் தரிசனமாக்கியிருக்கிறது விதி. சமூகம் என்கிற பெரிய சதுரத்தை குறுக்கும் நெடுக்கும் நான்காகப் பிளந்து அதன் மையவிதானத்தில் பஞ்சமனை உட்கார்த்தி வைத்திருக்கிறது மரபு.

அது வெறும் விளையாட்டல்ல. பன்னெடுங்காலமாய் தொடர்ந்து கொண்டிருக்கும் பனிப்போர். உடல் முழுக்க அதன் வெம்மை உள்ளோடித் தீண்ட காலால் எத்தினான். அவன் நின்றிருந்த கையகலக் குழியிலிருந்து எழும் ஒரு நூறு வருசத்துப் புழுதி அந்த நிலப்பகுதியை மறைத்தது.

புழுதிப் படலத்தைக் கலைத்துக் கொண்டே தெல்லுக்காயை நகர்த்தும் தேவனாத்தாளை நோட்டமிட ஆரம்பித்தான். அந்தக் கூம்பு வடிவக் கட்டத்துக்குள் அவள் இறங்கிய லாவகத்திலும், அவள் கண்களில் மின்னும் வெளிச்சத்திலும் பார்வையைப் பதித்தான்.

அவளைப் பார்க்கும் கணந்தோறும் அவனுக்குள் ஓர் இனம்புரியாத உணர்வு அலையோடிக் கொண்டிருப்பதை உணர்ந்தான். இதுநாள்வரை விளையாடிய பெண்களைப் போல் அவள் இல்லை. பூமியில் பொதுமியெழுந்த குதிங்கால் அடவில் குருவியின் தவ்வல் தெரிந்தது. அவள் கட்டத்துக்குள் இறங்கி விளையாடும் லாவகத்தில் அவளுக்கு அது விளை யாட்டுக் கரமாக இல்லாமல் வேறு ஒன்றாகக் காட்சியளிக்கிறது என்பதை மெல்ல மெல்லப் புரிந்து கொண்டவன், ஆர்வம் ததும்ப அவளது விளையாட்டைக் கவனிக்க ஆரம்பித்தான்.

அவளது தலை அசைப்பில் கம்மம் பூட்டைகள் அசைந்தன. குருவிகள் கம்மங் கொல்லையில் வந்திறங்கிய சிறகடிப்பில், கம்மந்தட்டுகள் அசைந்தசைந்து தடுமாறின. தலையில் கொங்கடை கட்டிக் கொண்டு கம்பரகத்தியில் கம்மங்கருதுகளை அறுத்தபடி முன்னேறிக் கொண்டிருந்தாள் அவள். ஒரு கணம் திகைத்துத் தடுமாறிப் போனவன், சட்டென சுதாரித்துக் கொண்டவனாய், ‘இந்த உபாயத்திலிருந்து எப்படித் தான் ஜெயிப்பது?’ என்று யோசனையிலாழ்ந்தான். கம்மந் தட்டுகளுக்குள் ஒளிந்து ஒளிந்து வரப்பை நோக்கி நகர்ந்து கொண்டிருந்தாள் அவள்.

இனிமேலும் தாமதிக்கலாகாதென பாய்ந்தெழுந்த கருப்பராயன், அந்தக் காட்சிப் புலத்துக்குள் தன்னை நுழைக்க ஆரம்பித்தான். கொஞ்சம் கொஞ்சமாக அவனது தலை மண் சட்டியாக மாற, உடம்பெங்கும் திணிக்கப்பட்ட வைக்கோல் கூளங்களாய் திரேகம் அசைவுபட, சற்றைக்கெல்லாம் கம்மங்கொல்லைப் பொம்மையாக மாறிப்போனான்.

கம்மந்தட்டுகள் அசையும் வேகத்தை நோக்கி அவன் பாய்ந்த வேகத்தில், ஒரு கம்மங்கருதை நுள்ளிய தேவனாத்தா, உள்ளங்கையில் வைத்துக் கசக்கி ‘ப்பூ’ என்று ஊதுகிறாள். கொம்மைகள், சுழன்று சுழன்று அவன் உடல்மீது படிந்து அரிப் பேற்படுத்துகின்றன. வறட் வறட்டென்று சொறியும் எரிச்சலில் வைக்கோல் கூளங்கள் உதிர்ந்து, அவன் உடலம்

சிதைகிறது.

அந்தச் சூதனத்தை நொடியில் புரிந்து கொண்டு, அதிலிருந்து மீளும் வண்ணம், கம்மந்தட்டுகளை அறுத்துத் தள்ள ஆரம்பித்தான். தட்டுகள் சாயச்சாய, அந்த நிலப்பகுதி மொட்டையாகியதில் அவளது கால் கொலுசுகளின் பதட்டம் அதிகரிக்க ஆரம்பித்தது.

அதோ, எந்த திசையிலும் தப்ப வழியேதுமற்று மிரட்சியுடன் எதிரில் நிற்கிறாள் அவள். கைக்கெட்டும் தூரத்தில் அவளது வாசனை. ஒரே வீச்சு. கருப்பராயனின் கைகளெங்கும் காலகாலமான வன்மம் குதிபோட்டெழும்புகிறது. ஆனாலும், அவள் கண்களில்தான் இன்னும் எத்தனை நம்பிக்கைக் கீற்றுகள்...

அந்தத்தொனி, கருப்பராயனின் கைவிசையை ஒருகணம் மட்டுப்படுத்த, கம்மங்காட்டு வரப்பில் முளைத்திருந்த ஓரம்புப் பூவை நீளமான காம்போடு பறித்தெடுத்து தனது முகத்தில் முத்தியெடுக்கிறாள் தேவனாத்தா.

"கருப்பா, கருப்பா, வழியை விடு...

இல்லாட்டி, உன் தலையை வெட்டிருவேன்..."

என்று நீண்ட காம்புப் பகுதியைப் பிடித்துக் கொண்டு பூவின் அடிப்பகுதியைச் சுண்ட, துண்டாகிக் கீழே விழுகிறது பூ.

அடுத்த கணம், கருப்பராயனின் தலைச்சட்டி படீரென வெடித்துப் பிளக்க, அதிலிருந்து குமிகுமியாய் கருங்குளவிகள் இரைச்சலிட்டுப் பறந்தன. அந்த ரீங்காரத்துடன் தெல்லுக்காய் இரண்டாங் கட்டத்தில் போய்விழும் ரீங்காரமும் சேர்ந்து கொண்டது.

இரண்டாம் கட்டத்தில் தனது ஒற்றைக் காலையூன்றி ஆசுவாசமாய் இளைப்பு வாங்கிக் கொண்டே கிறக்கமாய் நின்றாள் தேவனாத்தா. தப்பித்து வந்து விட்ட ஆனந்தமும் பரபரப்பும் அவள் உடல் முழுக்க வழிந்து கொண்டிருந்தது. கெஸ்ஸெடுக்கும் மூச்சை நன்றாக உள்ளிழுத்து விட்டவள், சுற்றிலும் நோட்டம் விட்டாள். கண்முன்னால் மல்லாந்து

கௌதம சித்தார்த்தன் | 111

கிடந்தது இரண்டாங்கரம். அதன் கூம்பு வடிவ அமைவைக் கண்களால் அளந்து பார்த்தாள். ஏமாற்றத்தின் எரிச்சலில் இறுக்கமாகியிருந்த கருப்பராயனின் முகத்தில் வெயிலின் மினுக்கம் வெறிச்சோடியது.

எதிரில் காலடியில் கிடந்த தெல்லுக்காயை நகர்த்திக் கொண்டு மூணாங்கரத்திற்குக் கொண்டு போய்ச் சேர்க்க வேண்டிய உபாயத்தை யோசிக்கலானாள். அந்தக் கட்டம் முழுக்க சுற்றிலும் ஒருமுறை பார்வையால் துழாவிப் பார்த்தாள். எந்தவிதமான வினோதமும் தோன்றாமல் அப்படியே இருந்தது. ஒரே இடத்தில் ஒற்றைக்காலால் நின்று கொண்டேயிருந்ததில் குதிங்கால் வலித்தது. ஆட்டத்தில் இறங்கிவிட வேண்டியதுதான் என்ற முடிவுக்கு வந்தவளாய் மெதுவாக எம்பிக் குதித்து தனது பெரு விரலால் தெல்லுக்காயைத் தொட்டு நகர்த்தினாள்.

அவ்வளவுதான், தெல்லுக்காய் சுழன்று சுழன்றோடி வெண்கல ஓசையை எழுப்பியபடி நாணயமாக உருமாறி ஓட ஆரம்பித்தது. பொளேரென காதுகளில் அறைந்தது கடைத் தெருவின் இரைச்சல்.

அவளது கையிலும், காலிலும், கழுத்திலும் சங்குவளைகள் பற்றிப் படர்ந்து கொண்டோடின. வளைகள் குலுங்கக் குலுங்க இரைச்சல் மிகுந்த தெருக்களின் இண்டு இடுக்குகளிலெல்லாம் ஓடிக்களித்தாள். முத்துக்களும், ரத்தினங்களும் பரப்பி வைக்கப்பட்டிருந்த குமிச்சலிலும், கேழ்வரகு, தினை போன்ற தானியங்களின் குமிச்சலிலும் சூரியவெளிச்சம் பட்டுப் பட்டு மின்ன, கடைத்தெருவின் மாடமாளிகைகளிலும், கோவில்களின் கூட கோபுரங்களிலும் புறாக்களின் ரெக்கையடிப்பு ஜன இரைச்சலின் பரபரப்பில் கரைந்து கொண்டிருந்தது. கறுத்துப்போன திரேகத்துடன் திராவிடர்களும் வெளுத்த யவனர்களும் தத்தமது மொழிகளின் இரைச்சல் கசிய, பொழுதைத் தலையில் போட்டுக் கொண்டிருந்தார்கள். பொதி கழுதைகளும், பொதி மாடுகளும் அசைந்து அசைந்து நடக்க, சந்தடியைப் பிளந்து கொண்டு அவ்வப்போது சில குதிரை வீரர்கள் பாய்ந்து வந்தார்கள். உப்புக்கு முத்துக்களை அள்ளிக் கொடுக்கும் கலகலப்பு சந்தையெங்கும் பிரதிபலிக்கிறது.

அந்தத் தெருவே தூளிபடுகிறது. அந்தச் சந்தடியின் மயக்கத்தில் அவள் வாணிப வீதிகளில் சுற்றியலைந்து வளைகள்

வாங்குகிறாள். அந்தக் கண்ணாடிகளின் கிணுகிணுப்பு வாணிபத்தின் இரைச்சலையும் மீறி ஒலிக்க ஆரம்பிக்கிறது.

திடீரென காற்றோசை அந்தக் கடைத்தெரு முழுக்க உறுமுகிறது. வளையல்களின் நாதம் தெருக்களில் பட்டுப்பட்டு நாலாபுறமும் எதிரொலிக்க, தெருமுனையின் கடைசியில் ஒரு சிறு புள்ளியெனத் தோன்றுகிறான் கருப்பராயன். கைகளை நீட்டிக் கொண்டு அவளை நோக்கி அவன் முன்னேறி, கண்கள் கட்டப்பட்ட கண்ணாம் பூச்சியாக அவளைத் துரத்த ஆரம்பித்தான்.

அவள் ஓடஓட, வணிகத்தின் இரைச்சலையும் மீறி வளைகளின் கலகலப்பு அதிகரித்தது. உப்பு வண்டிகளிலும், பொதிமாடுகள் மீதும், ஜன இரைச்சலிலும் புகுந்து புகுந்து ஓடுகிறாள். காக்கை, குருவிகளைப் போல பறந்தோடியும் கூட, முதுகுப் புறத்தில் கண்ணாம்பூச்சியின் வாசனை கிட்டத்தில் நெருங்கிக் கொண்டேயிருந்தது.

கண்ணா கண்ணாம்பூச்சி...
கருப்பராயம் பூச்சி...
ஊளை முட்டையை தின்னுப்புட்டு
நல்ல முட்டையைக் கொண்டு வா...

எவ்வளவு விசையாக ஓடித்தப்பித்தும் முடியவில்லை. அந்தக் கடைத்தெரு முடிவேயில்லாமல் எங்கு ஓடினாலும் புறப்பட்ட இடத்திற்கே வந்து சேரும் புதிர் வழிச் சுழலாக இருந்ததில் ஒரேயடியாய்க் களைத்துப்போய் நின்றாள் அவள். அதற்குள் நெருங்கி வந்துவிட்டது கண்ணாம்பூச்சி.

நெஞ்சுக் கூட்டைக் கிழித்துக் கொண்டு வாங்கும் மூச்சின் இளைப்பு காட்டிக் கொடுத்து விடுமோ என்ற பயத்தில் மூச்சை அடக்கிக் கொண்டு நடுங்கினாள். தப்பிப்பதற்கு ஏதும் வழி இருக்கிறதா என்று சுற்றிலும் ஒரு முறை அந்த பிராந்தியம் முழுவதும் பார்வையால் துழாவினாள். தன் கையில் அணிந்திருக்கும் கண்ணாடி வளைகள் போன்ற அமைப்புடன் அந்த இடம் சுழித்திருந்தது. இந்த வளை வியூகத்திலிருந்து தப்பிக்கவே முடியாதா என்ற குமுறலுடன் மேலும் சில எட்டுக்கள் ஓடிப் பார்த்தாள். அதற்கு வாகாக அந்த இடம் சுழன்று கொடுத்தது.

வளைகளின் கிணுங்கல் ஒலி கண்ணாம் பூச்சியை

உசுப்பியது. இவ்வளவு களேபரத்திலும், கண்ணாம்பூச்சியால் எப்படி அவளைப் பின்தொடர்ந்து வரமுடிகிறது என்பதை சடுதியில் புரிந்து கொண்டபோது அழுகை பொத்துக் கொண்டு வந்தது அவளுக்கு. கோபமும் எரிச்சலும் பொங்க ஆத்திரத்துடன் தனது கையில் கலகலக்கும் வளைகளை உடைத்தெறிந்தாள்.

அடுத்த கணம், அவளைச் சுற்றிக் கவிந்து கிடந்த அந்த வியூகத்தின் வளைக்கரம் நெளிய ஆரம்பித்தது. கடைத் தெருவின் சுழல் பாதைகள் பிளந்து பிளந்து பல்வேறு பாதைகள் திறக்க, அவள் உடலெங்கும் ஆனந்தம் குதியாளம் போட்டது. வளைகளை உடைத்தெறியும் சூத்திரத்தில் அவள் முன்னே நகர்ந்து கொண்டிருந்தது தெல்லுக்காய்.

அது, ஒரே எத்தில் பறந்து போய் மூணாங் கரத்தில் விழவும், கடைத்தெருவின் இரைச்சல் மங்கவும், கருப்பராயன் கண்களில் கட்டப்பட்டிருந்த கண்கட்டு அவிழ்ந்து போகவுமான காட்சிகள் சற்றைக்கெல்லாம் நடந்தேறின.

கருப்பராயனுக்கு அவளது விளையாட்டின் போக்கு ரொம்பவும் பிடித்துப் போய்விட்டது. இப்படி ஒரு விளையாட்டை இதுவரை கண்டதுமில்லை கேட்டதுமில்லையென்று எண்ணி எண்ணி வியந்து கொண்டிருந்தான். ஒவ்வொரு கரத்திலும் அவள் இறங்கி நின்றதும், அவளது கால் அடவுகள் மாறும் நுட்பத்தை இதுவரை காணாத பேரதிசயமாகக் கண்காணிக்க ஆரம்பித்தான். அவளது உடலின் அசைவுகளும், சமிக்ஞைகளும் ஏதோ ஒரு புதிய பேச்சில் அந்தக் கட்டத்துடன் உரையாடிக் கொண்டிருப்பதைக் கொஞ்சம் கொஞ்சமாக உணர்ந்தபோது பிரமித்துப் போனான்.

அவளது முகத்தின் குளுமை கொஞ்சம் கொஞ்சமாக அவனுக்குள் பரவ ஆரம்பித்திருந்தது. அவளைப் பார்க்கும் கணந்தோறும் உடலின் சூடு தணிந்து குளுந்து போனான் அவன். அவளது உடலின் நளினமும், துழாவியடிக்கும் கண் களின் பார்வையும் அவனது உடலெங்கும் இனம் புரியாத விறுவிறுப்பை ஏற்றியது. குளுமையும், தகிப்பும் மாறிமாறி அவனுடலில் கட்டுக்கடங்காத உணர்ச்சிகளை ரத்த ஓட்டத்தில் கூட்டின.

இப்பொழுது அவனுக்கு எல்லாமே புதிதாகத் தோன்றியது.

அந்த ஆட்டத்தில் மறைந்திருக்கும் புதிர்களும், சவால்களும், கண்ணிகளும் அவன் கண் முன்னே பிரம்மாண்டமாய் எழுந்து நின்றன. ஆட்ட விதிகளின் நிஜமான தரிசனத்தை அவனுக்கு அவள் சொல்லிக் கொடுத்துக் கொண்டிருக்கும் பாடத்தில் நிலை குலைந்து போனான் அவன். இத்தனை வருட ஆட்டத்தில், இந்த ஆட்டத்தின் நுட்பம் தெரியாதவர் களுடனேயே விளையாடி ஜெயித்ததல்ல பெரியதனம். சரியான போட்டி! இவளோடு ஜெயித்துக் காட்டு.

செவிந்திப் பூவைப்போல மலர்ந்திருக்கும் அவளது முகம் கூம்பிப் போவதை ஒருக்கணமும் அவனால் ஏற்க முடியவில்லை. அந்த உணர்வை சமாளிக்கும் போக்கில் வேறொரு எண்ணம் தோன்றியது. இல்லை, அவளைத் தோற்கடிக்கக் கூடாது. இன்னும் அவளிடம் என்னென்ன விதமான வித்தைகள் இருக்கின்றனவோ, அத்தனையும் தெரிந்து கொள்ள வேண்டுமென அவன் மனம் கிடந்து ஏங்கியது.

இல்லை. நீ அவளிடம் மயங்கிப்போய் விழுந்து விட்டாய். அதற்கு சமாதானமாக இப்படிப் பேசுகிறாய். அவன் உடல் முழுக்க ஒரு உத்வேகம் திமிறியெழுந்தது. இதில் அவளை ஜெயிக்க விட்டு விட்டால்...? காலங்காலமான வரலாற்றின் பக்கங்களில், தனது பெயர் தீராத களங்கத்தையும், தோல்வியையும் சுமந்து கொண்டு திரியப்போகிறதே... அடேய், இந்தத் தோல்வி உன்னுடைய தோல்வி மாத்திரமல்ல; உனது முன்னோர்களின் தோல்வி... என்ற பல்வேறு எண்ணங்கள் அவனை அலைக்கழித்தன.

சரேலென்று காற்றுச் சூறையொன்று அவனை உரசிக் கொண்டு போக, எதிரில் தேவனாத்தா கைகளை வில் போல வளைத்து காற்று அம்புகளை ஏவிக்கொண்டிருக்கிறாள். கருப்பராயன் உஷாரானான். பதுங்கிப் பதுங்கி நடக்கும் அவளது நடையின் லாவகத்தில் சருகுகள் மிதிபடும் சத்தம். கழுத்தை ஒரு வாகாய் இழுத்துக் கொண்டும், பார்வையின் கருவிழிகளில் சொல்லொணா விவரிப்புகள் மாறிமாறியடித்துக் கொண்டும், அவள் அந்தக் கட்டத்தில் நடக்க நடக்க, அந்த இடத்தை குனுப்பமாய்ப் பார்க்க ஆரம்பித்தான் கருப்பராயன்.

மயில்களின் அகவலும், பட்சிகளின் படபடப்பும், அணில்குஞ்சுகளின் கீச்சலும், குமிந்திருந்த மரங்களின்

வாதுகளில் மோதி எதிரொலித்தன. சடைசடையாய்த் தொங்கும் ஆலவிழுதுகளில் மந்திகள் கரணம் போட்டன. விடைத்து சேகேறிய முள் மரங்களின் செறையில் ஊளைகள் சுழட்டியடித்தன. சற்றைக்கெல்லாம் அந்த இடத்தின் கானக வாசனை அவனது மூக்கில் எகிறியது. அவன் நின்றிருந்த இடத்தில் சங்கமுள்ளும், சப்பாத்திமுள்ளும் சோங்காய்க் கப்பியிருந்தன.

வடிவான தனது உடலை நிமிர்த்திக் கொண்டு அவள் நடந்தாள். அவளது கையில் உள்ள வில்லின் நாண் இழுபடும் போதெல்லாம், நரியோ, ஓநாயோ ஊளையிடும் ஓலம் கேட்டுக் கொண்டேயிருந்தது. எதிர்ப்படும் முயல் குட்டிகளின் துள்ளலில் அவளும் துள்ளிக் கொண்டிருந்தவள் சற்றைக்கெல்லாம் களைத்துப் போனாள். நா வறண்டு போக தாகம் நெஞ்சுவரை இறங்கியது.

எதிரிலேயே ஓடிக்கொண்டிருந்தது சுனை. பாய்ந்தோடி குப்புற விழுந்து நீரை அள்ளி அள்ளிப் பருகினாள். கொம்புத் தேனாய் இனிச்சுக் கிடந்தது தண்ணீர். எவ்வளவு குடித்தும் தாகம் தீராது வயிறு ஒரேயடியாக நிரம்பி வழிந்தது. ஒருவழியாய் ஆயாசத்துடன் தலையை நிமிர்த்தினால், எதிரில் வாதுவாதாய் கொம்புகள் பிரிந்த பெரிய கலைமான், அதனருகில் ஒரு புள்ளிமானும் மான் குட்டியும்.

அந்த நொடியில் களைப்பு ஓடியே போய்விட்டது. தாவி எழுந்தவள், சடுதியில் வில்லை வளைத்து அம்பு பூட்டினாள். அந்த நிழலசைவில் கலவரத்துடன் அவை சிதறி ஓட ஆரம்பித்தன. அவள் பாய்ந்து துரத்த, தடுமாற்றத்துடன் தனியாகப் பிரிந்தோடியது மான்குட்டி. அதைத் தொடர்வதுதான் உசிதமென சட்டென்று அச்சிறு கால்குளாம்புகளின் மீது பாதம் வைத்தாள்.

இதுதான் தருணமென்பதை உணர்த்தியது கருப்பராயனின் உடல். ரத்த ஓட்டத்தின் விசை அவனுக்குள் சுழித்துச் சுழித்து ஓட, புலி வேசங்கட்ட ஆரம்பித்தான். அவனது பொச்சாம் பட்டையைப் பிளந்து கொண்டு குபுக்கென்று வால் ஒன்று முளைத்து அசைந்தாடியது. தாடையைப் பிளந்து கொண்டு பற்கள் வளர ஆரம்பித்தன.

மான்குட்டி ஓடி ஓடி எதிர்ப்பட்ட அந்த சோங்குக்குள் நுழைய, நுழைந்த வேகத்தில் வெளியில் வந்து நின்றது

வேங்கைப் புலி.

ஓரே ஓட்டமாய் ஓடி வந்தவள், கால் தடுக்கியவளாய் பீதியுடன் குப்புற விழுந்தாள். அவள் கையிலிருந்த வில் நழுவ, எதிர்ப்பட்ட அந்த அபாயத்தை நொடியில் உணர்ந்தவள், சடக் கெனத் திரும்பி ஓடினாள். வேங்கையின் உறுமல் முதுகில் எதிரொலித்தது.

"வேங்கைப்புலி... வேங்கைப்புலி... வெட்டிப் போடுவேன்...

சொன்னாங்கையிலே... சொன்னாங்கையிலே... சொழட்டிப் போடுவேன்..."

என்று பாடிக் கொண்டே ஓடினாள்.

"ஆட்டுக்குட்டி... ஆட்டுக்குட்டி... ஆஞ்சி போடுவேன்...
உதிரக்குட்டி... உதிரக்குட்டி... உறிஞ்சிப் போடுவேன்..."

என்ற உறுமல் அவளைத் துரத்திக் கொண்டு வந்தது.

ஓடி ஓடிக் களைத்துப் போனவளுக்கு மயக்கமாய் வந்தது. தலை ஓரேயடியாய் சுற்றியது. எதிரில் ஒரு புள்ளியாய்த் தெரிந்த நீரோடை அவளது ஓட்டத்தில் பெரிதாகிறது. அதை ஒரே தாண்டாகத் தாண்டி விட்டால் போதும். அதன் பிறகு புலியால் தன்னை ஒன்றும் செய்ய முடியாது என்ற எண்ணம் அவளுள் எழும்ப, அதன் கரையை வந்தடைந்து யோசித்தாள்.

அந்த ஓடையை ஒரே எட்டில் தாண்ட வேண்டுமானால், இருக்குமிடத்தில் இருந்து கொண்டே தாண்ட முடியாது. பின்னால் சில அடிகள் போய் அங்கிருந்து ஒரே ஓட்டமாய் எழும்பினால்தான் தாண்ட முடியும். ஆனால், பின்னால் போனால் புலி அடித்துப் போட்டுவிடும் என்று மலங்க மலங்க விழித்தவள், புலியின் உறுமல் கேட்கவும், செத்தே போனோம் என்று கண்களை மூடிக்கொண்டாள்.

அவளுக்குப் பின்னால் பாய்ந்து வந்த புலி சட்டென்று வேகத்தைக் குறைத்து நின்று கொண்டது. தன்னை இன்னும் புலி ஒரே கவ்வாகக் கவ்வி வாயில் போட்டுக் கொள்ளவில்லையே என்ற ஆச்சரியத்தில் தலையைத் தூக்கிப் புலியைப் பார்த்தாள்.

அதன் கண்களிலிருந்து சுரந்த ஒளி புலியினுடையதாக இல்லை. மேலும் அதன் சமிக்ஞையையும் நொடியில்

உணர்ந்தவள் சட்டென பின்னால் சில அடிகள் நகர்ந்து ஒரே ஓட்டமாய் நீரோடைக்கு அப்பால் காலெட்டி வீசினாள்.

தன்னைத் தொடுவதற்கான தருணம் வாய்த்தும் அவன் ஏன் தொடவில்லையென்று நாலாங்கட்டத்தில் நின்று கொண்டு யோசிக்க ஆரம்பித்தாள் தேவனாத்தா. மூன்று கட்டங்களையும் தாண்டி வெற்றிகரமாக கடைசிக் கட்டத்துக்கு வந்து சேர்ந்து விட்டது குறித்து ஆனந்தம் அவள் உடலெங்கும் பொங்கி வழிந்தது. ஆனாலும், அவளால் நம்பவே முடியவில்லை. இதெல்லாம் நிஜம்தானா? இது வரை இந்த ஆட்டம் விளையாடிய எந்த ஆட்டக்காரியும் முதல் கட்டத்திலேயே தோற்றுப் போய் வெளியேறி விடுவாள். அதிகபட்சமாக இரண்டாம் கட்டத்தில் வேண்டுமானால் காலடியெடுத்து வைத்திருப்பாள்.

ஒரு வேளை கருப்பராயன் விட்டுக் கொடுக்கிறானோ? அந்தக்கணம் அவளுக்கு உடல் முழுவதும் சப்பென்றாகி விட்டது. இருக்காது. அப்படியெல்லாம் நிச்சயமாக இருக்காது. ஏனென்றால், கருப்பராயன் தோற்றுப் போவதென்றால், அது அந்தத் தெல்லாட்ட வரலாற்றிலேயே அவனுக்கு நேரும் மானக்கேடு. அவனது இனத்துக்கே ஒருபெரும் களங்கம். யாராவது தன்னைக் கறைப்படுத்திக் கொள்ள முன்வருவார்களா என்ன?

இது கடைசிக் கட்டம். இதில் மட்டும் ஜெயித்து விட்டால், வரலாறு முழுக்க தனது பெயர் அழியாத பக்கங்களில் நிலைத்து நிற்கும் கணங்களை எண்ணி கிறங்கிப் போனாள். உடல் முழுவதும் உத்வேகம் ஓடிக்களிக்க நாலாங் கட்டத்தில் ஊன்றியிருந்த ஒற்றைக்கால் நிலைகொள்ளாமல் பரபரத்தது. தான் நடத்தும் ஆட்டத்தின் சூட்சுமத்தில் எப்பேர்ப்பட்ட கொம்பனாயிருந்தாலும் தோற்றுத்தான் ஆகவேண்டும் என நெஞ்சை நிமிர்த்தினாள்.

உத்தியில் நின்றிருக்கும் கருப்பராயனைப் பார்த்தாள். அவனது முகம் எவ்வித உணர்வுகளுமற்று சாரமிழந்து கிடந்தது. தான் தோற்றுக் கொண்டிருப்பதை உணர்ந்து கொண்டிருக்கிறானோ... அவளுக்குள் மேலும், மகிழ்ச்சி பீறிட்டடிக்க உடம்பெங்கும் பதட்டமடைந்தது.

திடீரென சங்கம் முழங்கியது. அவளது செவிப்பறைகள்

கிழிந்து போய் விடுவதைப்போல 'ம்' என்ற ஒலி, அந்தக்கட்டம் முழுக்க நிறைந்து வழிந்தது. அவளது தலைக்குள் பாய்ந்து விண் விண்ணென்று நரம்புகள் தெறிக்க, ஒலிக் கொழுந்துகள் அவள் உடல் முழுவதும் நக்கியெடுத்தன. அது வலம்புரிச்சங்கம். நாபியிலிருந்து மூச்செடுத்து ஊதும் காற்று அண்ட சராசரங்களையும் தனக்குள் இழுத்து 'ம்' என்று வெளிப்படுத்தும் ஒலிவெள்ளம். ஒரே சீரான லயத்துடன் கவிழும் அந்த ஓயாத நாதத்தின் மயக்கத்தில் கண்கள் சொருகிப்போக கிறக்கத்துடன் நின்றாள். இலவம் பஞ்சுபோல அவளது உடல் மிக லேசாகி நெகிழ்ந்து கொடுக்க, கொஞ்சம் கொஞ்சமாக உருகியுருகி வழிந்து, சற்றைக்கெல்லாம் காற்றாகக் கலந்து வலம்புரிச் சங்கின் உள்முகமாய்ச் சுழன்று சுழன்று தாவிக் கொண்டிருந்தாள்.

அவள் எம்பிக் குதிக்கும் குதியாளத்தில் நீர்த்துளிகள் சிதறித் தெறிக்கின்றன. அவள் கண்களில் சரேலித்துப் பாய்ந்தது எல்லை யற்ற நீரோட்டம். சமுத்திரத்தின் உவர்ப்பு அவள் உடலெங்கும் தழுவ, சங்கோசை கடலின் அலையடிப்பாக மாறுகிறது. அவளது உடலில் செதில்கள் மினுக்கம் பெற, தனது சிவந்து போன செவுள்களில் மூச்சு வாங்கிக்கொண்டு வாலை அசைத்து அசைத்து நீருக்குள் விளையாடித் திரியும் மீனாக இருந்தாள். பவளப்பாறைகளின் மெலிதான வர்ணம் அவள் உடலில் பட்டு மினுமினுக்க பாசித் திட்டுகளிலும், கிளிஞ்சிகளிலும், சிப்பிகளிலும் உடலைத் தேய்த்துக் கொண்டு அலையடித்து நீந்தினாள்.

தலையைச் சிலுப்பிக் கொண்டே அசைந்து அசைந்து நீரோட் டத்தின் மேல்தளத்துக்கு வந்து சேர்ந்தாள். உச்சியில் காய்ந்து கொண்டிருந்த வெயிலின் சூடு தன்மீது பட்டதும் செதில்கள் உதிர்ந்து போக ஆரம்பித்தன. சற்றைக்கெல்லாம் பெண்ணாக மாறிப்போனாள். கைகளை அசைத்து நீந்திக் கொண்டே சுற்றிலும் நோட்டம் விட்டாள். கட்டுமரங்களில் பரதவர்கள் வலை வீசிக் கொண்டிருந்தார்கள். இரும்புக் குண்டுகளில் முடையப்பட்ட வலைகளை ஒரு லாவகத்துடன் வீசி இழுக்கும்போது அவர்களது புஜத்தில் வெயில் மின்னும் அழகு.

திடீரென அவளுக்கு முன்னால் நீர்ச்சுழல் ஏற்பட்டது. அந்தச் சுழற்சி கொஞ்சம் கொஞ்சமாகப் பெரிதாகி, சுற்றிலும் மிதந்து கொண்டிருக்கும் பொருள்களையெல்லாம்

கௌதம சித்தார்த்தன் | 119

உள்ளிழுத்துக் கபளீகரம் செய்ய, அந்த விசையில் மாட்டிக் கொள்ளாது பதட்டத்துடன் பின் நோக்கித் தாவினாள். குகை வாயைப் போலத் திறந்து கொண்டிருந்த அந்த நீர்ப் பிலத்திலிருந்து சரேலென மேலெழுந்தான் கருப்பராயன்.

அவனிடமிருந்து தப்பிக்க நீருக்குள் முங்கினாள் அவள். முங்கிய அடுத்த கணம் அவளது உடலில் செதில்கள் படர, மீனாகிப் போனாள். நீந்தி நீந்தி அடியாழத்திற்குச் சென்று மறுபடியும் மேலே எழும்பினாள். வெயில் பட்டதும் சட்டென பெண்ணாக மாறிப்போனாள். ஒவ்வொருமுறை மூழ்கும் போதும் மீனாக மாறி, மேலெழும்பும்போது பெண்ணாகி விடுகிற விந்தையான விளையாட்டு அது. மனிதத்துள் மறைந்திருக்கும் மீனத்துக்கும் மீனத்துள் மறைந்திருக்கும் மனிதத்துக்குமான போராட்டமாக அந்த நீர்விளையாட்டு இருந்தது. யதார்த்தத்தின் ஆக்கிரமிப்பிலிருந்து கலைத் தன்மையின் மனோநிலைக்கு வருகிற முங்கல் அது.

அதா வரான் கருப்பு...
இதா வரான் கருப்பு...
முங்கி வந்தா மீனு...
சங்கி வந்தா நானு...

என்று பாடிக்கொண்டே அவளைத் துரத்த ஆரம்பித்தான் கருப்பராயன். அவள் முழுகி முழுகி வாலையடித்துக்கொண்டு விரைய, பின்னாலேயே இன்னொரு மீனின் அலையடிப்பு நீரோட்டத்தில் அசைந்து கொடுத்துக் கொண்டேயிருந்தது.

கடல்நீரின் ஆட்டம் நகர்ந்து நகர்ந்து ஆற்று நீர் கடலில் சங்கமிக்கிற கழிமுகங்களில், அவள் நீந்திக் கொண்டிருப்பதை உணர்த்தியது, அலையடிப்புகளற்ற துளும்பித் தேம்பும் மிதமான நீர்நிலை. உப்பு நீரும் ஆற்று நீரும் இணையும் அக்கணத்தில் நீரின் தன்மை முற்றாக வேறொரு தன்மைக்கு மாறும் அபூர்வம். உப்புச் சப்பற்ற அதன் ருசியில் தனது நா துவண்டு போவதையும், புத்தம் புதிய ருசி ஒன்று தனக்குள் இறங்குவதையும் உணர்ந்தாள். அந்தக் கழிமுகத்தின் அடியாழத்தில் குமிகுமியாக முத்துச்சிப்பிகள் பூத்துக் கிடப்பதைப் பார்த்தவள், அதன் கர்ப்பப்பை இதுதான் என்று யூகித்தபோது அவளுக்குள் இனம் புரியாத பரவசம் ஊடுருவியது.

அந்த இடத்தின் நீரோட்டம் அசைந்து கொடுத்துக்

கொண்டேயிருக்க, பார்வையைத் திருப்பினாள். எதிரில் ஒரு கருத்த மீன் அலையடித்தவாறு நீந்திக் கொண்டிருந்தது. ஒரே பாய்ச்சலாகப் பாய்ந்து அவளைக் கவ்வாமல், வாலைச் சுழட்டியடித்துக் கொண்டேயிருந்தது. அந்த அலையடிப்பின் நீர் தனது செதில்களில் பட்டுச் சுழட்ட, அவளுக்குள் இன்பம் மயிர்க்கூச்செரிந்தது. அந்த இடம், சங்கமிக்கும் நீரோட்டம், அதன் தன்மை, அலையடிப்புகள், அனைத்தும் அவளது செவுள் களுள் இறங்கிக் கொள்ள, அவளுக்குள் ஏதோ ஒன்று திறந்து கொண்டது. ஒருகணம் அவள் தன்னை மறந்தாள்.

"அதுக்குப்பிற்பாடு... என்ன நடந்திச்சி தெரியுமா..." என்ற ரங்குப்பாட்டி, தலையை உயர்த்தி கடைவாயில் இடுக்கியிருந்த வெத்திலைத் தம்பளத்தைத் துப்பினாள். சிறுமிகள் இருவரும் பரபரத்தெழும் ஆர்வத்துடன் அவளது முகத்தையே பார்த்துக் கொண்டிருந்தனர்.

ஆட்டம் ஆடுபவன் அந்த ஆட்டத்துக்கு நேர்மையாக இருக்க வேண்டும். அதன் விதிகளை மீறினாலோ, துரோகம் செய்தாலோ அந்த ஆட்டமானது சபித்து விடும். கருப்பராயன் தேவனாத்தாளைத் தொடுகின்ற ஒரு தருணம் வாய்த்த போதும், தொடாமல் விட்டதனால் வந்த வினை, அந்த ஆட்டத்தின் தலையில் அஞ்சாங்கரம் தானாகவே முளைத்துவிட்டது. அந்த அறச் சிந்தனையின் தரும நியாயத்தைப் பார்த்த கருப்பராயனுக்குத் திடீரென ஒரு காலும் கையும் விளங்காமல் அங்கேயே விழுந்து மாய்ந்து போனான். தன்னால்தான் இந்த சாபத்தை வாங்கிக் கொண்டான் என்று தேவனாத்தாளும் அந்த அஞ்சாங்கரத்திலேயே விழுந்து உயிரை மாய்த்துக் கொண்டாள்.

அதன்பிறகு அந்த அஞ்சாங்கரம் அழியவேயில்லை.

வெகுகாலம் இந்த ஆட்டத்தை விளையாடாமல் ஒதுக்கி வைத்திருந்தனர். காலப்போக்கில், விளையாடலாமென ஒரு சிலர் முன் வந்தபோது, கருப்பராயனாக இருக்க யாரும் முன்வரவில்லை. அதற்குப் பதிலாகத்தான் கருங்கல்லை உத்தியில் வைத்து விளையாட ஆரம்பித்தனர்.

ஆனால், சமைஞ்ச பெண்டுகள் யாரும் இப்போதும் விளை யாடுவதில்லை. சின்னஞ் சிறுசுகள் மாத்திரமே விளையாடு வார்கள்... என்று வித்தாரமாக விளக்கினாள் பாட்டி.

“இப்போதுங்கூட அஞ்சாங்கரத்திலே காலெடுத்து வெக்கறதுக்கு முன்னாடி ‘சாமீ...கருப்பராயா...தேவனாத்தா...’ ன்னு சொல்லீட்டுதான் காலெடுத்து வெப்பாங்க... தெரியுமில்லே...”

இருவரும் பிரமிப்புடன் தலையசைத்தார்கள்.

“அதா பாரு, ஆடெல்லா சோளக்காட்டுப் பக்கம் திரும்பி யிருச்சி... நாம்போயி ரண்டு கோவைத்தளை பொறிச்சாறேன்...” என்று சல்லக் கொக்கியைத் தூக்கிக் கொண்டு நடந்தாள் ரங்குப்பாட்டி.

(நன்றி: உன்னதம்)

64 பொட்டுச்சாமி கதை

மானம் மப்பாய்க் கிடந்தது. மழைக்காலம் ஆரம்பித்து விட்டதற்கு அறிகுறியாக மத்தியான வெயில் மாறியடித்தது. அதிகாலையிலேயே ஊரை விட்டுக் கிளம்பியிருந்தும் கூட இன்னும் கோயிலுக்குப் போனபாடில்லை. நல்ல தூரம் போல. ஊர் எல்லையிலேயே சடைசடையாய் விரிந்திருந்த மலங்கிளுவை மரத்தினடியில் பொட்டுச்சாமி கோயில் தெரிந்தது. ஊருக்குள் போய் பொட்டு வாங்கிக் கொண்டு திரும்பி இங்கே வரவேண்டும்.

சைக்கிளை ஓரமாக நிறுத்தி ஒரு பையனிடம் விசாரித்து விட்டு சைக்கிளை மிதித்தான். செம்மண் காரை போட்ட குடிசுகள் அந்த ஊருக்கு ஒரு புதிய பொலிவை ஏற்படுத்திக் கொண்டிருந்தன. பிரதான பாதையை விட்டு இறங்கி வளைந்து குறுகிச் சென்ற நீண்ட சந்தில் சைக்கிளைத் தள்ளிக் கொண்டு நடந்தான்.

இந்த வருசம் நெல் அறுவடையிலிருந்தே அம்மா ஓயாமல் நச்சரித்துக் கொண்டிருந்தாள். "பொட்டுச்சாமி கோயிலுக்குப் போயிட்டு வா..." அவனது ஊரில் ஒரு வினோதமான அய்தீகம் எள்ளுச் செடியின் எண்ணெய்ப் பிசுக்குபோல ஒட்டிக் கிடந்தது.

பொட்டுச்சாமி எந்த ஒரு குடும்பத்துக்கும் குலதெய்வமாக இல்லாவிட்டாலும் கூட, குடும்பங்களில் உள்ள பிள்ளைகளுக்கு

வாலிபப் பருவம் கூடிவிட்டால், ஒருநடை பொட்டுச்சாமி கோயிலுக்குப் போய் கும்பிட்டு வரவேண்டும் என்பது சம்பிரதாயம். இந்தச் சடங்கின் புதிர் முடிச்சு அவனுக்குள் ஒரு விடுகதையாய் வெட்டி வெட்டி ஓடித் துள்ளியது. ஆர்வம் கலந்த உற்சாகத்துடன் அந்தப் புதிரை விடுவிக்கச் சொல்லி அம்மாவிடம் கேட்டால், “எனக்கு என்னடா தெரியும்...? அது காலங்காலமா இருக்கற வளமொறை...” என்று வெள்ளைச் சோளமாய் சிரித்தாள்.

அவனுக்குள் அந்த விடுகதையின் தாகம் தீராமல், தனது ஊர்ப் பெருசுகளிடம் பேசிப் பார்த்தான். ‘கோயிலுக்குப் போகும்போது நம்ம ஊரிலிருந்து பொட்டு வாங்கிட்டு போகக்கூடாது. அந்தப் பொட்டு, சாமிக்கு ஒட்டாது. அந்த ஊரில் பொட்டுச்சாமிக்கு பொட்டு அரைப்பதற்கென்றே பொட்டுக்காரவீடு இருக்குது. அங்கேதான் பொட்டு வாங்கி வைக்கணும். அதுதான் ஒட்டும்...’ என்று மேலும் மேலும் முடிச்சுகள்தான் போட்டார்களே தவிற, அவிழ்க்கத் தெரியவில்லை அவர்களுக்கு. அவனது மனசெங்கும் அப்புதிர் பற்றிக் கொள்ள, ஒளிவிளையாட்டு விளையாடும் பையனின் ஆர்வத்தில் அதிகாலையிலேயே சைக்கிளை மிதிக்க ஆரம்பித்தான்.

அந்த ஊர் வீடுகளிலிருந்து பொட்டுக்காரர் வீடு தனியாய் பளிச்சென்று தெரிந்தது. கைஓடு வேய்ந்து சிமெண்ட் காரை பூசப்பட்ட தொட்டிக்கட்டு வீடு. அதன் ஆசாரத்தில் உட்கார்ந்து வெத்திலை குதப்பிக் கொண்டிருந்த பாட்டியின் காதோலைகள் அவனை வரவேற்றன.

“பாட்டி வீட்ல ஆருமில்லையா..? பொட்டுச்சாமி கோயிலுக்குப் போவோணும்... பொட்டு வேணும்...”

கிழவிக்கு சுருக்கம் ஏறியிருந்தாலும் தாட்டியமாக இருந்தாள். கண்களின் ஒளி இன்னும் துலக்கமாயிருந்ததுபோல. சடக்கென்று எழுந்து வீட்டுக்குள் போனாள். ஆசாரமெங்கும் அரைத்த பொட்டின் மணம் கும்மென்று அடித்தது. பொட்டு செலவுகள் அங்கங்கு சிதறியிருந்தன. சந்தனக் கட்டையில் உரசிய சந்தனக் குழம்பு திரைந்து போயிருக்க, அம்மிக் குழவியில் அரைத்த பொட்டு மாவு அப்பியிருந்தது. பொட்டுகளை நான்கைந்து பொட்டலங்களாகக் கட்டிவந்து கொடுத்தாள் கிழவி.

‘பொட்டுச்சாமியைப் பற்றி இந்தக் கிழவியிடம் கேட்டால் என்ன...?’ அவனது உடலெங்கும் ஒரு நீரோட்டம் பீச்சியடித்தது. அதைப் புரிந்து கொண்டவள் போல அவனைப் பார்த்து அர்த்த பூர்வமாகப் பொக்கை வாய்ச் சிரிப்பைக் காட்டினாள்.

பொட்டுச்சாமியின் வினோதமான வழக்காறுகளின் விடுகதையை அவளால்தான் விடுவிக்க முடியும்... என்று பேச்செடுத்தான். அவளது வாஸ்தவமான தலையசைப்பை ஏற்றுக் கொண்டு உள்ளே ஆசாரத்தில் போய் உட்கார்ந்தான். சுருக்கம் வாங்கிய அவளது கண்கள் அவனைக் கூர் தீட்டிப் பார்க்க, கண்களின் ஒளி உள் வாங்கிப் போய்க் கொண்டேயிருந்தது. மூலையில் ஒன்றன்மீது ஒன்றாக அடுக்கி வைக்கப்பட்டிருந்த பழங்காலத்து மொடாக்களின் மேல் இருந்த தூசுதும்புகள் மெல்ல மெல்லமாய் மறைந்து பளிச்சென்று புதுசாக மாறிக் கொண்டேயிருந்தன.

மழை கொஞ்சம் கொஞ்சமாய் சுதியேறித் தடித்துக் கொண்டிருந்தது. கருத்த இருட்டைப் பிளந்து கொண்டு காத்தில்லாமல் ஒரே சீராக நின்று பெய்யும் மழையில் பட்டியிலிருந்த செம்பிலி ஆடுகள் வெடவெடவென்று நடுங்கிக் கொண்டிருந்தன. பட்டியின் நடுவில் நான்கு கால்களை ஊன்றி நின்றிருந்த நெட்டைக்கால் குச்சுக்குக் கீழிருந்த இடத்தில் ஒடுங்கியிருந்தது பட்டிநாய். பளீரென அடிக்கும் மின்னல் கீத்துகளில் கருத்த மழையின் பேயாட்டத்தையும், தனது தலை மேலேயே வந்துவந்து விழுகும் இடியின் உறுமலையும் குச்சுக் கட்டிலில் படுத்தபடி வெறுப்புடன் கேட்டுக் கொண்டிருந்தான் ராசய்யா.

சனங்களுக்கு மழையின் போக்கு ரொம்பவும் பிடித்திருந்தது. சொல்லி வைத்தாற்போல ராவானதும் பேய ஆரம்பித்து, விடிகாலையில் வெட்டாப்பு விட்டுவிடும். சனங்களின் அன்றாட வேலைப் பிழைப்புக்கு இடைஞ்சலாக இல்லாமல் உழவோட்டம் உற்சாகமாக நடந்தது. பயிர் பச்சை வளர்ந்து செழித்தது. வேய்க் கானமாக சாத்திக் கொண்டிருக்கும் மழை அவனுக்கு மட்டும் பிடிக்காமல் போனது.

இந்த வளர்பிறையிலிருந்தே ஆட்டம் போட்டுக் கொண்டிருக்கும் இந்த அடைமழை இப்பொழுது ஓய்கிற மாதிரி தெரியவில்லை. அவன் படுத்திருந்த குச்சிலும் கூதலின் ஓதம் அடிக்கத் தொடங்கியிருந்தது. உரமேறியிருந்த குச்சு ஓலைகளில் ஊமைக்குளிர் கசிய, செம்பிலி ஆடுகளின் வீச்சம்

கப்பென்று அடித்தது.

மூக்கைச் சுண்டியவனாய் ஒருக்களித்துப் படுத்தான். நிதானமாகப் பெய்த மழையை சுழட்டி வீசியது சாரக்காத்து. அதனூடே அலையடித்து வந்தது செவிந்திப்பூவின் வாசம். உடம்பெங்கும் எகிறிப் பாய்ந்து அவனுக்குள் கிறக்கத்தை ஏற்படுத்தியது. அந்த மணத்தோடு மணமாக மாற ஆரம்பித்தான் அவன். கண்கள் சொருகிப்போக தேகமெங்கும் வெது வெதுப்புக் கூட்ட, கால்ப் பெருவிரலில் ஏறியது தீ.

“எத்தனை நாளாச்சி செவிந்தியைப் பாத்து...? இன்னைக்கும் போய்ப்பாக்க முடியாதா..?”

உச்சந்தலைவரை விலுவிலுவென்று தீக்கங்கு பாய்ந்தோடியது. குச்சு ஓலை இடுக்கில் சொருகி வைத்திருந்த தலைத்துண்டை எடுத்து மோந்து பார்த்தான். இன்னும் மிச்சமிருந்த செவிந்தியின் வாசம் புரண்டு புரண்டோடியது.

‘இப்ப என்ன செஞ்சிட்டிருப்பா..? என்னைப் போலவே அவளும் நெனச்சிட்டு கவுந்தடிச்சிப் படுத்திருப்பாளோ..? சனியம் புடிச்ச இந்தமழைய திட்டிட்டிருப்பா...’ அவனுக்கு இறுப்புக் கொள்ளவில்லை.

பட்டிநாய் காராட்டில் முனகியது. பாவம் அதன் இணையைப் பார்த்து எத்தனை நாளாச்சோ... படுக்கையை விட்டு மெல்ல எழுந்து உட்கார்ந்தான். மானத்தைப் பொத்துக் கொண்டு கொட்டும் மழையின் சத்தம் குச்சுக்கூரையில் எதிரொலித்தது. பேயும் மழையில் கரைந்து உருகி வழிந்து மழையோடு மழையாக அடித்துப் போய் செவிந்தியிடம் சேர்த்து விடக்கூடாதா என்று ஒரு பொழுது வேண்டினான்.

அதேபோக்கில் நோட்டமிட்டவன், இனிமேலும் பொறுக்க முடியாதென சடக்கென எழுந்து உட்கார்ந்தான். கட்டிலின் கால்மாட்டில் விரித்திருந்த கோணிப்பையை எடுத்து கொங்காடை முடிந்து தலைமீது போட்டுக் கொண்டு குச்சை விட்டுக் கீழிறங்கினான். சுழட்டிக் கொண்டிருந்த சாரல் அவன் கால்களை சடுதியில் நனைத்தது. குச்சுக்கு அடியில் படுத்திருந்த நாய் எழுந்து முனகியவாறு வாலைச் சுழட்டியது. குனிந்து குச்சை விட்டு வெளியே வந்து பட்டிப் படலை விலக்கி வெளியே காலடி வைத்தான்.

அதற்குள் சடைசடையாய் அடித்த மழை அவனைத்

துவட்டி எடுத்தது. அவனது கால்கள் சேற்றுச் சகதியில் மாட்டிக் கொண்டு தடுமாறின. கொங்காடை முழுக்க நீரோட்டம் பாய்ந்து உடம்பெங்கும் சாமக் குளூரின் குடைச்சல் இழுத்தது. சாட்டவார்க்குச்சி போல மழைநீரின் வீச்சு சுரீல் சுரீலென்று வலி உயிரே போவதுபோல சொடுக்கியது. கால்கள் மேற்கொண்டு ஒரு அடி கூட எடுத்து வைக்க முடியாமல் விறைத்துப் போய் உடல் கிலுகிலுவென்றாட, பின்வாங்கி குச்சுக்கே வந்து புகுந்தான்.

சமுக்காளத்தை எடுத்து கால்வழியப் போர்த்திக் கொண்டும் நடுக்கம் தீரவில்லை. உடம்பெங்கும் அனலாய்க் கொதித்தது. கால்களில் அப்பியிருந்த சகதியை வழித்தெறிந்தான். பொறிக்குள் மாட்டிக் கொண்ட எலியின் கண்களாகிக் கொண்டிருந்தன அவனுடையவை.

ஆடுகள் கழிந்த புழுக்கைகளின் புதுமணம் வீசியதில் இரண்டாம் சாமம் நெருங்கிக் கொண்டிருப்பதை அறிந்தான். மெல்ல எழுந்து தலைமாட்டில் வைத்திருந்த சிக்கி முக்கிக் கற்களை எடுத்துத் தட்டினான். ஈரத்தில் நவுத்துப் போயிருந்தன கற்கள். அவைகளைக் கைகளால் தேய்த்துச் சூடேற்றித் தட்டியதும் தீப்பொறி பறந்தது. சாதுரியமாக விளக்குப் பொருத்தினான்.

வேட்டி முந்தியில் முடிஞ்சிருந்த கஞ்சா இலைகளை எடுத்து உள்ளங்கையில் வைத்து நிமிண்டினான். உருண்டையாய்த் திரட்டி சிலும்பியில் அடைத்து தீப்பொருக்கி இழுத்தான். புகை மண்டையெங்கும் சுருண்டு எண்ண ஓட்டங்களைச் சுழட்டியது. தேகமெங்கும் ஊதி உப்பியது ஒரு வேகம்.

இன்றைக்கு எப்படியும் அவளைப் பார்த்து விட வேண்டும் என்ற வேட்கை பற்களைக் கிட்டித்தது. இந்தப் பேய்மழைக்குக் குடை ஒன்று கிடைத்து விட்டால் போதுமா..? கொங்காடை யெல்லாம் எம்மாத்திரம்..? வாழைமட்டைக் குடை நார்நாராய்க் கிழிந்து போகும். ஏத்தல் இறைக்கிற பறி ஒன்று கிடைத்தால் கூடப் போதுமே... தூக்கித் தலைமேல் கவிழ்த்துக் கொண்டு அப்படியே போய்விடலாம். நல்ல பாரமாக இருக்குமே... செவிந்தியைப் பார்க்க இந்த உலகத்தையே தூக்கிவரச் சொன்னால்கூட வந்துடுவேன்...

ஆஹா... இந்தக் குச்சையே தூக்கீட்டுப் போனா என்ன..? பளீரென அவனது எண்ணத்தில் ஒரு மின்னல் இழுத்தது. அந்தப் பொழுதே செவிந்தியோடு படுத்தெழுந்த ஒரு திருப்தி

அவனுக்குள் நிரம்பி வழிந்தது. அந்த நெட்டைக்கால் குச்சை முழுசாக நோட்டம் விட்டான். உடலெங்கும் கவ்விக் கிடந்த கூதல் விலகி விட்டது போல ஒரு வெதுவெதுப்பு விறுவிறென ஏறியடித்தது. ஒரு தீர்க்கமான முடிவுக்கு வந்தவனாய் சிலும்பியைக் கடைசி இழுப்பு இழுத்து விட்டுக் கட்டிலை விட்டுக் கீழிறங்கினான். நெட்டைக்கால் குச்சின் கால்களைத் தட்டிப் பார்த்தவன், புங்கமரமாக இருக்குமென்று தீர்மானத்துடன் அசைத்துப் பார்த்தான்.

இந்த அடைமழையினால் கால்கள் நன்றாக நிலத்தில் ஊறி இறங்கியிருந்தன. மீண்டும் பலத்தை ஒன்று திரட்டி அசைக்க அசைக்க, குச்சு அனாயசமாக அசைவது போல் தெரிந்தது. கண்கள் சிவந்துபோக, மண்டை கும்மென்று வலிக்க, குச்சு நகர்ந்து கொடுத்தது.

பூரித்தெழும்பும் கொண்டாட்டத்துடன், குச்சுடன் இணைந்திருக்கும் கயிற்றுக் கட்டிலின் நடுவில் தலையை முட்டி, தனது பலம் அனைத்தையும் நெஞ்சுக் கூட்டில் கூட்டி அந்த நெட்டைக் கால் குச்சை நெட்டாப்பாய் தூக்க ஆரம்பித்தான்.

முன்பு ஒரு முறை, இளவட்டக்கல் தூக்கும் விழாவில், தான் அனாயசமாய் அந்தக் கல்லைத் தூக்கி வீசியதை அவனது புஜங்கள் பெருமிதத்துடன் சொல்லின. அதுபோல மூன்று கற்களின் பாரம் கொண்டதாகத்தான் இருக்கும். ம். தூக்கு... மூச்சுக் கட்டித் தூக்கு...

ஒரே மூச்சில் அந்த நெட்டைக்கால் குச்சு அவனது தலையில் ஏறி உட்கார்ந்து கொண்டது. முதலில் சற்றே தடுமாறியபடி நடந்தாலும் சுதாரித்துக் கொண்டவனாய் உறுதி கொண்ட நடையில் நடை போட்டன கால்கள். சுழட்டியடிக்கும் சூறை மழையில், குச்சு அவனைக் குடையாய் கப்பிக் கொள்ள, கம்பீரமாய் நடந்தான். உலகத்தையே தாங்கி நடப்பதுபோல பாரம் கழுத்தாம் பட்டையை முறித்தாலும், தாபமூட்டும் நினைவுகள் அதை இலவம்பஞ்சாய் ஏந்திக் கொண்டு நடந்தன. சேத்து மண்ணில் அழுந்திய கால்களை எடுத்து நடக்கும் போதெல்லாம் கெண்டை மடிப்புகளில் வலி எடுத்தது. இருளையும் மழையையும் துளைத்துக் கொண்டு அந்த வினோதமான குடை வீறு கொண்டு விரைந்தது.

அவனது பார்வையை குச்சின் கூறை மறைத்துக்

கொண்டதால், தடத்தின் போக்குத் தெரியாது குருட்டாம் போக்கிலேயே போனாலும், மனப்போக்கில் புலப்பட்டது செவிந்தியின் போக்கு.

'இன்னைக்குப் பாத்து செவிந்தியின் புருசங்காரன் பட்டிக்குக் காவல் போகாமல் வீட்டிலேயே இருந்து விட்டால்..?' தடாலென அவனது கால்களின் விறுவிறுப்பு தடுமாற ஆரம்பித்தது. தலை சுத்திக் குச்சைக் கீழே போட்டு விடும் நிலையில் நின்றவன், சுதாரித்துக் கொண்டு நடந்தான்.

ஒரு வழியாக செவிந்தியின் வீட்டு வாசலை அடைந்தபோது மேலெங்கும் விண்ணித் தெறித்த வலி காணாமல் போயிருந்தது. ஒரு மயிலிறகின் லாவகத்துடன் வாசலில் குச்சை இறக்கி வைத்தபோது ஏற்பட்ட கொண்டாட்டத்தின் களிப்பு ஒவ்வொரு மயிர்க்காலிலும் நெட்டுக்குத்தாய் நின்றது.

குச்சிலிருந்து குனிந்து வெளியே வந்து செவிந்தியின் வீட்டுக் கூறைக்குள் ஓடுவதற்குள்ளாக மழை அவனை நசுக்கி எடுத்து விட்டது. தலைத் துண்டை எடுத்து மேலைத் துவட்டிக் கொண்டு, கதவைக் கள்ளத் தட்டு தட்டினான். திடுமென அவனுக்குள் இனம் புரியாத பயமும், சந்தோசமும் கூடி நடுக்கமெடுத்தது.

கதவின் தாழ்ப்பாள் தேயும் ஓசை அவன் தேகமெங்கும் உராய்ந்தது. கண்களை மலங்க மலங்க முழித்துக் கொண்டு பார்த்தான். செவிந்திப்பூவின் வாசம் தூக்கியடித்தது அவனை. தலை கிறுகிறென்று சுத்த ஒரே பாய்ச்சலாகப் பாய்ந்து அவள் கைகளைப் பற்றினான்.

"அய்யோ, எப்பிடி வந்தீங்க..? இதென்ன கோலம்..?" ஏன்று வியப்புடன் அவன் கைகளைத் தட்டி விட்டாள். அந்தப் பொழுது தகீரென்று ஒரு மின்னல் வெட்டி இழுத்ததில் வாசலில் இருந்த நெட்டைக்கால் குச்சு கண்சிமிட்டி மினுங்கியது.

மெல்லமாய் அந்த விபரீதப் பயணத்தைப் புரிந்து கொண்ட வளின் முகம் விதிர்விதிர்த்துப் போனது. "அய்யோ... இப்படியுமா..?" என்று திறந்த வாய் மூடாமல் வெட்கத்துடன் அவனை ஏறிட்டுப் பார்க்க, வெற்றிப் பெருமிதத்துடன் நெஞ்சை நிமிர்த்திக் கொண்டு மீசையை முறுக்கினான். இரண்டாம் சாமத்தின் ஆவேசமான குளிர்க்காத்து அவர்களுக்குள்

சுழட்டியடிக்க, வீட்டுக்குள் நுழைந்தாள் அவள். தாழ்ப்பாள் வைத்தான் அவன்.

அயர்ந்து தூங்கிக் கொண்டிருந்தவனைத் தட்டி எழுப்பினாள் செவிந்தி. "கோழி கூப்புட்டிருச்சி... இனி வெடிஞ்சி போயிரும்... எந்திருச்சி சீக்கிரமாப் போங்க..." என்று பதட்டத்துடன் அவசரப் படுத்தினாள். கைகால்களெல்லாம் மூட்டுக்கு மூட்டுவலி எடுத்தது அவனுக்கு. ஆயாசமாகக் கண்களைத் துடைத்துக் கொண்டு எட்டி அவள் கைகளைப் பற்றினான்.

"அய்யய்யோ... வெடியப் போவுது... சீக்கிரபாப் போங்க... மழையும் வேற வுட்டிருச்சி... மாமா வந்திருவாரு..." என்று கோபத் தில் கடிந்து கொண்டே கைகளை வெடுக்கென்று பிடுங்கிக் கொண்டாள்.

தன் வேட்டியிலிருந்த செவிந்தி வாசத்தை ஒருமுறை மோந்து பார்த்துக் கொண்டு கட்டிலை விட்டு எழுந்தான்.

தாழ்ப்பாளைத் திறந்து அவனை வெளியே தள்ளி விட்டதில், மெல்ல விடிந்து கொண்டிருந்த மானம் துலாம்பரமாய் இருந்தது. அவன் கண்களில் அறைந்தது நடுவாசலில் உட்கார்ந்திருந்த நெட்டைக்கால் குச்சு. அவனுக்குள் நிரம்பியிருந்த சந்தோசம் சுருங்கிப் போக திடீரென ஒரு பதட்டம் ஊடுருவியது. பதைபதைப்புடன் உருமாலை மடித்துத் தலையில் கட்டிக் கொண்டு, குச்சுக்குள் நுழைந்து மூச்சுக் கட்டித் தூக்கினான். அடப்பாவி மக்கா... தூக்க முடியலே சாமியோவ்... உடல் பலமனைத்தையும் ஒன்று கூட்டி முக்கிப் பார்த்தான். நெஞ்சுக்கூட்டில் கெஸ்.. கெஸ்சென்று இளைப்புதான் வாங்கியது. 'இட்டேரிக்காட்டு முனியப்பா... எம்மானத்தைக் காப்பாத்துறா...' தனது குலதெய்வங்களையெல்லாம் வேண்டிக் கொண்டு முட்டிப் பார்த்தான். நெட்டைக்கால் போட்டு சாவகாசமாய் உட்கார்ந்திருந்தது குச்சு.

"அய்யய்யோ... தலைக்குத் தீம்பைக் கொண்டாந்து போட்டீங்களே... இனி என்ன பண்றது... எப்பிடியாச்சும் தூக்கீட்டுப் போயிருங்க..." என்று செவிந்தி பெனாத்த ஆரம்பித்தாள்.

குச்சை விட்டு வெளியே வந்து தண்ணி ஒரு சொம்பு வாங்கிக் குடித்து ஆசுவாசப்படுத்திக் கொண்டான்.

விடிந்து கொண்டிருந்த மானத்தைப்போல இருவர் முகமும் வெளுத்திருந்தது. கைகளைப் பிசைந்து கொண்டு மறுபடியும் குச்சுக்குள் நுழைந்து மூச்சுக் கட்டித் தூக்க ஆரம்பித்தான்.

திடீரென நாய் ஒன்று குரைக்கும் சத்தம் கேட்டதும் அவன் பலமெல்லாம் சடுதியில் குன்றிப் போயிற்று. நாயின் குரைப் பொலி ஒரே பாய்ச்சலாக நெருங்கி வரவர, மேலும் நாய்களின் குரைச்சல்கள் சேர்ந்து கொள்ள, அவனது உடம்பு முச்சூடும் ஒடுங்கி கண்ணாமுழிகள் பிதுங்கிப்போய் குச்சில் ஏறி உட்கார்ந்து கொண்டான்.

சற்றைக்கெல்லாம் சனங்களின் பேச்சொலி கூடியிறைந்தது. "யார்ரா அவன் களவாணி... டேய், கீலெறங்கி வாடா..." என்று ஆளாளுக்குக் கத்தினார்கள். குச்சின் நெட்டைக் கால்களில் காவல் தடியால் தட்டினான் செவிந்தியின் புருசன். குச்சைச் சுற்றியும் குரைத்துக் கிடந்த நாய்களை ஏவிவிட்டுப் பார்த்தனர் இளவட்டங்கள். இந்தக் களேபரத்தில் தன்வீடு இன்னமும் திறக்காதது கண்டு கதவை தடதடவென்று பலமாகத் தட்டினான் செவிந்தியின் புருசன். சற்றுப் பொறுத்து மெதுவாகத் திறந்த கதவிடுக்கில், வதங்கிப்போன செவிந்தி முகத்தைத் தொங்கப் போட்டுக் கொண்டு நின்றிருந்தாள்.

ஊர்க்காரர்கள் எல்லாரும் ஊர் எல்லையில் குமிந்திருந்தனர். கூட்டத்தில் நடுவாந்திரமாகப் பம்மியவாறு நின்றிருந்தான் ராசய்யா. அவன் இடுப்பில் கட்டியிருந்த தலைவேட்டியிலிருந்து செவிந்தியின் வாசம் சுழட்டியது. சனங்கள் அவனைக் கெக்கலி கொட்டிக் கொண்டும், கிண்டாயமடித்துக் கொண்டும் இருந்தனர். சற்றுத் தள்ளி தெவைஞ்சி போன முகத்துடன் நின்றிருந்தாள் செவிந்தி. ஞாயம் பேசும் பட்டக்காரர்கள் கட்டிலில் அமர்ந்து வெத்திலை போட்டுக் கொண்டிருந்தார்கள்.

சற்றைக்கெல்லாம் இளவட்டங்கள் அய்ந்தாறு பேர் தூக்கிக் கொண்டுவர, கம்பீரமாய் அந்தக் கூட்டத்துக்குள் நுழைந்தது நெட்டைக்கால் குச்சு. அதைக் கண்ட மாத்திரத்தில் பெண்டு களின் பார்வை அவனது நெஞ்சில் சுருண்டிருந்த கேசத்தில் சுருள ஆரம்பித்தது. திகைப்புடன் வாய்பிளந்து நின்றது ஊர் எல்லை.

"செரி, வளவளன்னு பேச்சு வேண்டாம்... அவுங்க செஞ்சது

தப்புதா... நம்ம ஊரு வளமொறைப்படி என்ன தெண்டனை குடுக்கவேணுமோ, அதைக் குடுத்துற வேண்டியதுதா..." என்று புளிச்சென்று வெத்திலை எச்சிலைத் துப்பினார் கொத்துக்காரர். அது செஞ்சாந்துப் பொட்டு போல ஈர மண்ணில் இணுகியது.

"ம், ஆம்பளைக்குப் பொட்டு வெச்சுட்டறலாம்... பொம்பளை அந்தப் பொட்டை அரைச்சிக் குடுக்கட்டும்..." என்று தன் தலை மயிரைக் கோதி முடிந்தார் பட்டக்காரர்.

அடுத்த சில பொழுதுகளில் அந்தச் சடங்கு ஆரம்பமானது. முன்னால் நின்று எல்லாக் காரியங்களையும் நடத்திக் கொண்டிருந்தார் அருமைக்காரர். சற்றுத் தள்ளியிருந்த இடத்தில் முழங்கால் அளவு குழி வெட்ட ஆயத்தப் படுத்தினார். அந்தக்குழி நிறைய சாணித் தண்ணியைக் கரைத்து ஊற்றினார்கள். அதில் ராசய்யா அம்மணமாக இறங்கி நிற்க, ஒரு மாதாரியை அழைத்து, அவனுக்கு முறத்தால் குடை பிடிக்கச் சொன்னார்கள். அதற்குள், பொட்டுக்கான செலவுப் பண்டங்களை செவிந்தியிடம் கொடுத்து அரைத்துக் கொண்டு வரச் சொன்னார்.

அந்த ஊரின் அறுபத்தி நாலு குடும்பங்களையும் அழைத்து வரிசையாக நிற்க வைத்து, பொட்டு வைக்கும் சடங்கை ஆரம்பித்தார்கள். முதல் பொட்டு வைக்கும் முறை செவிந்தியுடையது.

செத்துப்போன முகத்துடன் செவிந்தி அவனை நோக்கி நடந்தாள். அந்த ஊரே பதட்டத்துடன் அதைக் கண்கொட்டாமல் பார்க்க, அந்தப் பொழுதே சாவு வந்து சேராதா என்று இருவரின் எண்ணங்களும் மாய்ந்து மாய்ந்து குமைந்தன.

இது என்ன மாதிரியான தண்டனை... தண்டனை விதித்து வேடிக்கை பார்க்கும் இவர்களுடைய யோக்கியதை என்ன..? அவர்களை அந்த நிலைக்கு ஆளாக்கிய எல்லாவற்றின் மீதும் கோபம் பொத்துக் கொண்டு வந்தது. கூனிக்குறுகிப் போயிருந்த அவனது மீசை, அவளைப் பார்த்து ஆற்றாமையால் பொங்கியது. பொட்டை எடுத்து அவன் நெற்றியில் இடுவதற்குக் கையை உயர்த்தியபோது, அங்கு கூடியிருந்த எல்லோர் மேலும் பொட்டு வைக்க வேண்டும் என்ற ஆவேசம் அலையடித்தெழுந்தது. சட்டென ஒருபொழுதில்

நிலை மாறினாள். அவளது கை தாழ்ந்து, தளர்ந்து தொங்கிக் கிடந்த அவன் குறியில் பொட்டை வைத்தாள். யோக்கிய வேசத்தின் மீது பொட்டை வைத்தாள், ஆதிக்கத்தின் மீது பொட்டை வைத்தாள், சமூக நியதியின் மீது பொட்டை வைத்தாள்.

ஊர்சனங்கள் திடுக்கிட்டுப் போயினர். பட்டக்காரர்கள் செய்வதறியாது திகைத்தனர். அந்த அற்புதத்தை அங்கு நின்றிருந்த மலங்கிளுவை மரங்கள் தலையாட்டி ரசித்தன.

அதன் பிறகு, அவன் ஊருக்குள் போகவேயில்லை. அந்த மலங்கிளுவை மரத்தினடியில் போடப்பட்டிருந்த குச்சில் ஏறி உட்கார்ந்து விட்டான்.

கிழவியின் எதிரிலிருந்த மொடாக்களின் மீது மெல்ல மெல்ல தூசுதும்புகள் படிய ஆரம்பித்தன. அவளது கண்களில் பல காத தூரம் போய்வந்த களைப்பு தெரிந்தது.

அந்த செவிந்தியின் வமிசாவளியில் வந்தவர்கள்தான் தாங்கள் என்றும், பொட்டு அரைத்துக் கொடுப்பதற்கான மிராசு தங்களுக்குத்தான் பாத்தியதை என்றும் பெருமை பிடிபடக் கூறினாள்.

வாலிபப் பருவத்தில் பிள்ளைகள் அறஒழுக்கத்தோடு இருக்க வேண்டும். மீறினால் பொட்டுச்சாமியின் நிலைதான் என்பதை வலியுறுத்துவதுபோல பொட்டுச்சாமியின் வழிபாடு அமைந் திருப்பதாக விடுகதையின் எல்லா முடிச்சுகளையும் அவிழ்த்துப் போட்டாள் கிழவி. காலப்போக்கில், இந்த அய்தீகத்தின் புதிர் மறைந்து போய், வெறும் சடங்காக மாறிப்போன துயரத்தையும் விண்டு காட்டினாள்.

பேசிமுடித்த அமைதியில், வெளியே வெயில் மங்கிப் போனதை நோட்டமிட்டான் அவன். கிழவியிடம் சொல்லிக் கொண்டு எழுந்து வெளியே வந்து சைக்கிளைத் தள்ள ஆரம்பித்தான். எதிரில் தெரிந்த பொட்டுச்சாமியின் கிளுவை மரம் அசைந்து அசைந்து அவனை வரவேற்றது.

ஆனால், அவனுக்கென்னமோ செவிந்தியைத்தான் பார்க்க வேண்டும் போலிருந்தது.

(நன்றி: **உன்னதம்**)

கொட்டாப்புடி சாமி

கருத்த சேகு பாய்ந்த நீண்ட பனை மரங்கள் ஆகாயத்தை நோக்கி உயர்ந்திருந்தன. அந்தப் பனைமர வரிசை வெள்ளாமைக்காட்டின் வரப்புகளில் இயற்கையின் லய ஒழுங்குடன் நீண்டு படுத்திருந்தது. மரங்களின் வரிசை முழுக்க கள்ளு முட்டிகள் கவிழ்த்து வைக்கப்பட்டிருந்தன. பதமான இளங்கள் இறங்கும் மிதமான மணம் அந்த இடத்தையும் காலைப் பொழுதின் சூரியனையும் கிறங்கடித்துக் கொண்டிருந்தது. மரத்தின் ஓலைகளில் படபடத்துக் கொண்டிருந்த காக்கைகளின் கரைச்சலை உன்னிப்பாகக் கவனித்தான் மயில்சாமி.

இன்றைக்கு தனது மகன் படிப்பை முடித்து விட்டு நகரத்திலிருந்து வரப் போகிறான். தனது அய்யா தனக்குச் சொன்ன கதைகளை அவனிடம் சொல்ல முடியுமா? தெரியவில்லை.

தூக்கணாங்குருவி ஒன்று தனது நீள வாலை ஆட்டிக் கொண்டு அந்த வரிசையின் ஒவ்வொரு மரமாகத் தாவிக் கொண்டிருந்தது. வரிசையின் அதிகாலையிலேயே மரத்தின் அடியில் கூடியிருந்த மக்கள் திரளைப் பார்த்தவாறே, சாவகாசமாகக் கள்ளு முட்டியை எடுத்து சுரைக் குடுவையில் ஊற்றினான் அவன்; அருவாளை எடுத்துப் பதனமாக பாளையைச் சீவ ஆரம்பித்தான். ஒவ்வொரு நாளும் இதே வேலையைச் செய்தாலும், ஒவ்வொரு முறை செய்யும் போதும்

ஒரு கலையுணர்வோடுதான் செய்வான்.

அவன்கள் இறக்கும் அழகே தனியானது; பனைமரத்தின் பச்சை ஓலைப்பட்டையில் கையைப் போட்டு, காலை தெலாப்பில் அகட்டி வைத்து அள்ளக் கயிற்றில் வாகாக சாய்ந்து உட்கார்ந்து கொண்டு பாளை சீவும் பாங்கே அலாதியானது. மொட்டவிழ்ந்து நிற்கும் பாளையைப் பற்றி கிட்டிக் கோலால் நசுக்கி விடவேண்டும். நசுக்கும்போது பாளை அடிபட்டால் பதனி கரைச்சலடிக்கும். அதன் பிறகு பாளை தட்டும் கொட்டாப் புடியால் அதனைச் சுற்றிலும் பதமாகத் தட்டிவிட வேண்டும். பாளையைத் தட்டிவிடும் போதும், சீவிவிடும் போதும்தான் வேலையே இருக்கிறது.

ஒரு நல்ல வேலைக்கார சாணான் என்பவனை பாளை சீவுவதையும் கொட்டாப்புடி தட்டுவதை வைத்தும் தெரிந்து கொள்ளலாம். அருவாளை எடுத்து பாளையின் தலைப் பகுதியை அழகாக சீவிவிட்டு பாளையைச் சுற்றிக் கட்டுப் போடுவான். கட்டுப் போடுவதில் தான் விஷயமே இருக்கிறது. ஓலையில் கிழித்தெடுத்த அவுனியை எந்த வாக்கில் சுற்ற வேண்டும், எத்தனை கட்டுப் போட வேண்டும் என்றெல்லாம் கணக் கிருக்கிறது. மூன்றாங்கட்டு, அய்ந்தாங்கட்டு என்று பல்வேறு வகைகளிருக்கின்றன. மூன்றாங்கட்டு மிதமான கிறக்கத்தைத் தரவல்லது. அய்ந்தாங்கட்டோ, பாய்ச்சலான போதத்தை ஏற்படுத்தும். உடல் அசதி, கைகால் குடைச்சல் போன்ற உடல்வலிகளுக்கு மூன்றாங்கட்டு உடம்பெங்கும் இதமாகப் பிடித்து விட்டது போல சொக்கும். மண்டையிடி, மன உளைச்சல் போன்ற மனத்துயரங்களுக்கு அய்ந்தாம் கட்டுதான் மிகப் பெரிய விடுபடலைக் கொடுத்து ஆனந்தப் படுத்தும்.

இளம்பாளையின் முதல் கள் துவர்ப்பாக இருக்கும். கன்னிப் பெண்ணின் முதல் தொடுதலைப் போல. அது அடுத்தடுத்த நாட்களில் சீவச்சீவ நல்ல பதமான கள்ளாக மாறும். ஒரு பாளையை அதிக பட்சமாக அறுபது நாள் வரை சீவலாம். ஆனால் கடைசி ஆக ஆக கள்ளின் ருசி மங்கி முதிர் தன்மையுடன் சப்பென்றிருக்கும். 'காம்புத் தெளுவு' என்று இதைச் சொல்லுவார்கள். மயில்சாமி ஒரு போதும் முப்பது நாளுக்கு மேல் சீவ மாட்டான். ஆனாலும், இந்தக் காம்புத் தெளுவை விரும்பிக் குடிக்கும் மனிதர்களும் இருக்கிறார்கள். பல்வேறு விதமான ரசனை கொண்ட

மனித மனங்களை எவ்வளவோ பார்த்திருக்கிறான் அவன். மழைக்காலத்தில் ஊறும் 'மழைத்தெளுவு' விரும்பிகள், ஒருமரத்துக் கள் குடிப்பவர்கள், பலமரத்துக் கள்ளும் பதம் பார்ப்பவர்கள், அந்திக் கள் ஆர்வலர்கள், இளம்பதனிகள்... என்று எவ்வளவோ பார்த்து விட்டான்.

அதிலும் பாம்புக்கால் மரத்தின் கள் என்றால் ஒரு பெரிய கூட்டமே இருக்கிறது.

அந்த மரத்தின் தன்மையே பாம்பு போலத்தானிருக்கும். பாம்பு கொத்தி விட்டால் சரேலென தலைக்கு விஷம் ஏறி உடம்பெல்லாம் அந்தரத்தில் சுற்றுமே, அதுபோல அந்த மரத்தின் கள் குடித்த உடன் தலை கிர்ரென்று ஏறும். உடம்பெல்லாம் பாம்பு சட்டையுரிக்கிறாற் போல் நெடக்கு முறிக்கும். மெல்ல மெல்லத் திணவெடுத்துப் பாம்புப் புனையலுக்கு அலையும்.

அந்த நிலையே அலாதியானது.

ஒரு முறை மயில்சாமி அந்தக் கள்ளை குடித்து விட்டு மரமேறாமலேயே ஒவ்வொரு மரமாக மாறிமாறி அந்தரத்தில் பயணம் போகும் அனுபவத்தைப் பெற்றான். உடனே மரமேற வேண்டும் அல்லது புனையல் போட வேண்டும் என்று அவனுக்குள் கால்கள் பரபரத்த ஞாபகங்கள் வந்து போயின.

மனிதர்களைப் போலவே பல்தரப்பட்ட மரங்களின் தன்மையும் அவனுக்கு அத்துபடி. அள்ளக் கவுறை வீசி மரத்தில் கால் பதியும் போதே அந்த மரத்தின் தன்மை அவனுக்குப் புலப்பட்டு விடும். மரம் தன்னை வரவேற்று ஏற்றுக் கொள்கிறதா? தன் வருகையை மறுத்து, எதிர்த்து நிற்கிறதா என்பது அவனது சொரசொரப்பேறிய கால்களின் தொடு உணர்வுகளில் புரிந்து கொள்வான். நட்பு பாராட்டும் மரங்களில் ஒரு சிட்டுக்குருவியின் ஜாலத்துடன் பறந்து திரிவான். எதிர்ப்பு தெரிவிக்கும் மரங்களுடன் மெதுவாக நட்புப் பாராட்டி அதனுடன் சினேகம் பழகி மெல்ல மெல்ல கைவசப் படுத்துவான்.

இதெல்லாமே அவனுக்கு அவன் அய்யா சொல்லிக் கொடுத்தது.

'நீ பார்ப்பது வெறும் உயிரற்ற ஜடங்கள் அல்ல; ஒவ்வொரு

மரத்திற்கும் உயிர் இருக்கிறது. அதற்கெனத் தனித்தன்மை யிருக்கிறது. இவைகளும் நம்மைப் போல ஆசாபாசம் கொண்டவை தான். அவைகளுக்கும் நோய்நொடி வரும், ஆனந்தமும் மகிழ்ச்சியும் இருக்கும். முதலில் அவைகளுடன் நீ சிநேகம் பாராட்ட வேண்டும், அதன்பிறகுதான் அவைகள் உனக்கு அள்ளிக் கொடுக்கும்...' என்றெல்லாம் நாள் முச்சூடும் சொல்லிக் கொண்டேயிருப்பார். அந்தக் கருத்துக் கோவைகளை சோறு தண்ணியில்லாமல் கேட்டுக் கேட்டுத் தானும் ஒரு மரமாகவே மாறிப் போனான். அவனது அய்யா அவனுக்கு மரமேறப் பழக்கி விட்டபோது அவனுக்கு வயசு எட்டு. அப்போதிருந்தே அவனது வாழ்க்கை மரங்கள்தான் என்றாகிப் போச்சு.

அவன் தனக்கான நிலத்தையே ஆகாச வெளியாகத்தான் அனுமானித்தான். ஏனென்றால் அவனுடைய வாழ்வு முழுக்க முழுக்க மரங்களின் மீதே இருந்ததால், அவனுக்கான பார்வையும் கருத்துக்களும் சிந்தனையோட்டங்களும் ஆகாச வெளியிலேயே இருந்தன. மரத்தின் மீதேறி அந்த ஊரைப் பார்க்கும்போது, தன் இடுப்பில் தொங்கும் கத்திப் பொட்டியளவு இருந்ததைப் பார்க்கப் பாவமாக இருந்தது. 'இத்தனூண்டு எடத்தை வெச்சிட்டுத்தான் அந்தக் குதியாட்டம் போடறாகளா...?' என்று மனதுக்குள் சிரித்துக் கொள்வான். ஆகாசத்தில், தன் கண்ணுக் கெட்டிய தூரம் வரை தெரிவதெல்லாமே தன்னுடைய இடம்தான் இதில் யாரும் வரமுடியாது என்று அந்த வெளியில் உலாவ ஆரம்பித்தான்.

ஒரு பறவையின் பார்வையைப் போலத்தான் அவன் மனிதர்களைப் பார்க்க முடிந்தது. வீட்டிலும் காரியங்களிலும் மண்ணில் கால் பாவியிருக்கும் போது தன்னால் அந்தச் செயல்பாடுகளில் ஒன்றிப்போக முடிவதில்லையென்பதையும், மரத்தில் ஏறி ஆகாச வெளியில் அலையும் போது தனது வாழ்வின் மீதே ஒரு அபாரமான போதை நிரம்பி வழிவதையும் உணர்ந்தான். அதுகுறித்து அவனது அய்யா சொல்லியிருக்கிறார்,

'ஒரு நல்ல சாணான்ங்கறவன்... அந்தரத்திலதான் வாழ்வான்... ஏன்னா அங்கேதா கொட்டாப்புடி சாமி இருக்காரு...'

அவனுக்குச் சின்ன வயசில் கொட்டாப்புடி சாமி பற்றி

நிறையக் கதைகள் சொல்லியிருக்கிறார்.

கொட்டாப்புடி சாமி ஒரு நல்ல பனையேறி. கள்ளுத் தண்ணி கட்டுவதும், வெல்லம் காய்ச்சுவதுமான குலத் தொழில் செய்து வந்த அவரது கையளவு நிலம், பக்கத்து வெள்ளாமைக் காட்டுக்காரரான ராசுப் பண்ணாடிக்குக் கண்குத்திக் கொண்டேயிருந்தது. ஒருநாள், வாய்விட்டுக் கேட்டே விட்டார்,

"என்ன கொட்டாப்புடி... கொஞ்சூண்டு நெலத்தை வெச்சிட்டு என்ன பண்ணப் போறே... பேசாம நமக்குக் கிரயம் குடுத்திரு..."

ஒருகணம் உறுத்துப் பார்த்த கொட்டாப்புடிசாமி,

"அதில்லீங்க பண்ணாடி... நான் மரத்திலிருந்து எவ்வளவு தூரம் பாக்கறனோ அவ்வளவுதூரம் நம்புளுதுதாங்க... நீங்க எந்த நெலத்தைக் கேக்கறீங்க...?" என்றார் சாவகாசமாக.

ஆடிப்போய் விட்டார் ராசுப்பண்ணாடி. உடம்பெங்கும் திகுதிகுவென்று ஆத்திரமேறியது.

"பனையேறிக்குத் திமுரைப் பாத்தியா... உன்னயச் சொல்லிக் குத்தமில்லடா... உங்களுக்கு ஏறும்போது ஒரு புத்தி; எறங்கும்போது ஒரு புத்தி..." என்று கறுவிக் கொண்டே போய்விட்டார் ராசுப்பண்ணாடி.

அவர் போன பிறகு வெகுநேரம் வரை வாய் விட்டு சிரித்தார் கொட்டாப்புடிசாமி. பண்ணாடை என்பது பனை மரத்தில் இருக்கும் வடிகட்டுவதற்கான ஒரு ஓலைத்துணுக்கு. அந்த அற்பப் பெயரை தனக்கு வைத்துக் கொண்டு அதிகாரம் செலுத்தும் அந்த நோஞ்சானை நினைத்து நினைத்து வெகுநேரம் வரை சிரித்துக் கொண்டே இருந்தார்.

அன்று அந்திக்கள் இறக்குவதற்காக பனைமரத் தோப்பிற்குப் போன போது தோப்புக்காரப் பண்ணாடி தடுத்து நிறுத்தினார். கூடவே ராசுப்பண்ணாடி.

"இனிமே நீ எங்க மரமேற வேண்டாம்..."

"ஏனுங்க..."

“அது அப்பிடித்தான்...”

“அப்பிடின்னா நான் குடுத்த மும்பணம்?”

“இத்தனை நாளு கள்ளுத் தண்ணி எறக்கினியல்ல... அதுக்குச் செரியாப் போச்சி...”

வாதம் தடித்துத் தடித்து பெரிய தகறாறு மூள ஆரம்பித்தது. கடைசியில் பஞ்சாயத்தார், “நீ குடுத்த பணத்துக்கு ஒருமரத்திலே மட்டும் ஏறிக் கள்ளு எறக்கிக்கலாம். மீதியுள்ள மரத்திலே ஏறக்கூடாது...” என்றார்கள்.

“அப்பறம் எப்படிங்க?” என்றார் கொட்டாப்புடிசாமி.

“நீதான் அந்தரத்திலிருந்து பாக்கறது பூராவும் உன்னோட நெலம்னு சொல்ற ஆளாச்சே... அதனாலே அந்தரத்திலியே போயி எல்லா மரத்திலேயும் இருக்கிற கள்ளு எறக்கிக்கோ...” என்று வக்கணையாடினார் ராசுப்பண்ணாடி.

“அந்தரத்திலே எப்படிக் கள்ளெறக்குவான்...? மரமேறித்தான் கள்ளெறக்குவான்...” என்றார் கருப்புசாமி.

“அதெல்லாம் எனக்குத் தெரியாது... அவன் ஒரு மரத்திலேதான் ஏறனும்... மத்த மரத்திலே ஏறக்கூடாது... டேய், மத்த மரங்களைச் சுத்தி எலந்தை முள்ளடைப்பை வெச்சிக் கட்டு...” என்று தனது பண்ணையத்தாளுக்குக் கட்டளை போட்டுவிட்டார் பண்ணாடி.

அடுத்த நாள், கொட்டாப்புடிசாமி பனந்தோப்புக்குப் போனார். எல்லாப் பனைமரங்களிலும் இலந்தை முள் அடைக்கப்பட்டிருந்தது. ஓரமாக உயர்ந்தோங்கியிருந்த ஒரே ஒரு மரம் மட்டும் முள்ளடைப்பில்லாமலிருந்தது.

மிகப் பெரிய சுரைக்குடுவையை எடுத்துத் தோளில் மாட்டிக் கொண்டு மரத்தில் தாவியேறினார். மரத்தின் கொண்டையத் தூரில் போய் உட்கார்ந்து கொண்டு அந்தர வெளியைப் பார்த் தார். அவர் விளையாடுவதற்கான களமாக அது அழைத்தது. அந்த நீண்ட பனைமரங்களின் வரிசை சினேகமாய்த் தலையைத் தலையை அசைத்தன. காலை அந்தர வெளியில் விட்டு ஆழம் பார்த்தார். அள்ளக் கவுறும், திளாப்பும் பரபரத்தன.

சற்றைக்கெல்லாம் அந்தரத்திலேயே தாவித்தாவி ஒவ்வொரு மரமாக ஏறி இறங்கிக் கொண்டிருந்த அபூர்வமான காட்சி நடக்க ஆரம்பித்தது. ஒவ்வொரு மரமும் தங்களது வீட்டுக்கு வருகின்ற விருந்தினரை அன்பு கெழுமிய இன்முகத்தோடு உபசரிப்பது போல பதனத்துடன் அவரது அந்தர நடையைப் பாதுகாத்துப் பேணியது.

தினமும் நடக்கும் இந்த நிகழ்வைக் கவனியாத ராசுப் பண்ணாடியும், தோப்புப் பண்ணாடியும் கொட்டாப்புடிசாமி மாமூலாய் கொண்டு வந்து கொடுக்கும் ஒரு மரத்துக் கள்ளைக் குடித்துக் கொண்டிருந்தனர். அவர்களது மீசையில் நுரை கொப்பு ளித்துக் குமுறிக் கொண்டிருந்தது.

ஒரு அமாவாசை போய் மறு அமாவாசை வந்த போது, ராசுப் பண்ணாடி தனக்குத் தானே பேசிக் கொண்டிருந்தார். கட்டியிருந்த வேட்டியையும் கோவணத்துணிகளையும் கிழித்தெறிந்து விட்டு மண்ணில் விழுந்து புரள ஆரம்பித்தார்.

ராசுப்பண்ணாடிக்கு மசை பிடித்து விட்டது என்று அவரது கால்களுக்கு விலங்குகள் போட்டு அடைத்து வைத்தனர். மருத்துவ மாயங்கள் அவரது பைத்தியத்தை மேலும் முற்ற வைத்தன. அதேபோல தோப்புப் பண்ணாடிக்கு ஒருபக்கம் இழுத்துக் கொண்டது. வாயிலிருந்து சலவாய் ஒழுகிக் கொண்டேயிருந்தது.

இதற்கெல்லாம் காரணம் கொட்டாப்புடி சாமிக்குச் செய்த துரோகம் தான் என்று அவரை அழைத்து 'வாக்குக் குத்தம்' செய்தார்கள் அவரவர்களின் பிள்ளைகள்.

'இனி நீ எங்களுக்குத் தந்த பணத்துக்கேற்ப பனந்தோப்பில் கள் இறக்கிக் கொள்ளலாம்' என்று மன்னாப்பு செய்து கொண்டார்கள்.

அடுத்தநாள், அவர்கள் வீட்டுக்குச் சுரைக்குடுவையோடு வந்த கொட்டாப்புடி சாமி, "இந்தக் கள்ளுத் தண்ணியை தெனமும் ரண்டு வேளை குடுங்க ஒரு மாசத்திலே செரியாப் போகும்..." என்று இருவர் வீட்டிலும் கொடுத்து விட்டுப் போனார்.

அவ்வளவு பெரிய உண்மை அது. அடுத்த மாதத்திலிருந்து ராசுப் பண்ணாடி தனக்குத்தானே பேசுவது அமைதியாக,

மற்றவருக்கு ஒழுகும் எச்சில் நின்று போனது. சொல்லி வைத்தாற் போல இரண்டு மாதத்தில், இருவரும் பழையபடி ஜபர்தஸ்த் செய்ய ஆரம்பித்தார்கள்.

'இதுக்கெல்லாம் காரணம் யாருன்னு தெரியுமா?' என்ற அவனது அய்யா தனது கத்திப் பொட்டியிலிருந்த கொட்டாப் புடியை எடுத்துக் கொடுத்தார்.

அதை வாங்கி மேலும் கீழும் பார்த்த மயில்சாமி எதுவும் தோன்றாமல் அய்யாவைப் பார்த்தான்.

"இந்தக் கொட்டாப்புடியிலே பாளையைத் தட்டற சூட்சு மத்திலே இருந்திருக்குது விஷயம்..." என்று கெக்கெக்கெனச் சிரித்தார் அய்யா.

பாம்புக்கால் மரத்துக் கள்ளின் தன்மையைத் தொடர்ந்து கொட்டாப்புடியின் லாவகமான, நுட்பமான தட்டுக்கள் மூலம் வீரியத்தை இழக்க வைத்தவர்தான் கொட்டாப்புடிசாமி.

இந்தக் கொட்டாப்புடி என்பது சாதாரணமானது அல்ல; மருத்துவர்கள் கையில் உள்ள மருத்துவக் கருவிக்குச் சமமானது. அதில் பனம்பாளையைத் தட்டும் சூட்சுமம் என்பது மருத்துவ குணத்திற்கு ஒப்பானது. எந்த ரீதியில் எத்தனைத் தட்டு தட்ட வேண்டும், அதன் மூலம் துளிர்க்கும் பதனி மனித உடலில் என்னவிதமான வேலையைச் செய்யும், என்னவிதமான நோய்கள் வரும், குணமடையும் என்பதையெல்லாம் ஒரு தேர்ந்த மருத்துவனின் பார்வைகளோடு அய்யா சொல்லச் சொல்ல மயில்சாமியின் உடம்பெங்கும் போதையேறியடித்தது.

'அந்த வம்சாவளியில் வந்த கொட்டாப்புடியைத்தான் நம்ம பாரம்பரியச் சொத்தாக நான் உனக்குக் கொடுத்துட்டுப் போறேன்...' என்று அவனது கையில் வைத்தார் அய்யா.

மயில்சாமி இந்த ஒரு மாசமாகவே ஒரு பனைமரத்தில் மாத்திரம் கள்ளு கட்டாமல் மாறாக அந்தப்பனை முட்டிகளில் தெளிந்த சுண்ணாம்பை அடித்து விட்டிருந்தார். அந்த முட்டியில் ஊறும் பனை நீர் 'தெளுவுத் தண்ணி'யாக மாறும். தெளுவுத்தண்ணி குடிப்பதற்கு எவ்வளவு இதமாக, தித்திப்பாக இருக்கும் தெரியுமா? போதை ஏறாது. சிறுவர்களும் பெண்களும் விரும்பிக் குடிப்பார்கள். நகரத்திலிருந்து வரும்

தனது மகனுக்கு என்று ஆசை ஆசையாக இறக்கிய பதனியை சுரைக்குடுவையில் ஊற்றிக் கொண்டு எழுந்தார். இடுப்பில் தொங்கிய கத்திப் பொட்டியில் அசையும் கொட்டாப்புடி பற்றி அவனிடம் சொல்லலாமா? சொல்லமுடியுமா? என்பன போன்ற பல்வேறு கேள்விகள் அவருக்குள் ஊடுருவ வீட்டை நோக்கி நடந்தார்.

*(நன்றி: **உன்னதம்**)*

எட்டாங்கல்

மறுபடியும் நான் அதைப் பார்த்தேன். அறையில் ரீங்காரமிட்டுச் சுற்றிச் சுற்றி வந்து கொண்டிருந்த நிழலின் சிறகடிப்பை. அது ஒரு சிறிய வண்டு. நான் படித்துக் கொண்டிருந்த புத்தகத்தை மேலே வாசிக்க விடாமல் இம்சித்துக் கொண்டிருந்த அதன் ஓசை தலையில் கிர்ரென்று எகிறியது. சரேலென்று எனக்குள் பொங்கிய ஆவேசத்தில் அதன்மீது புத்தகத்தை வீசியடித்தேன். குறி தவறிப் பரண்மீது பட்டுஅதிலிருந்த பழம்பொருட்கள் சிதறி விழுந்ததில் செம்பழுப்பு நிறத்தில் கூழாங்கற்கள் உருண்டோடின.

இறந்த காலத்தின் புழுதி, நிகழ்காலத்தில் இணையும் காட்சியாக, அறை முழுவதும் எதிரொலித்தது. ஓரிரு நிமிஷங்கள் திகைத்துப் போய் நின்றவன், மெல்லச் சுதாரித்துக் கொண்டே அந்தக் காலத்தினூடே நடந்து போனேன். கால்களில் தட்டுப் பட்டன கூழாங்கற்கள். மெதுவாக அவைகளைப் பொறுக்கியெடுத்தேன். அந்தக் கற்களின் ஈரம் என் உள்ளங்கைக்குள் பாய்ந்தது. அந்தக் கணத்தில் ஒரு நூற்றாண்டு கால வமிசாவளியின் நாடித் துடிப்பு எனக்குள் ஓடிக் களித்தது.

ஆற்றாமை ததும்பும் கற்களின் அமானுஷ்யமான மௌனத்தைக் கைகளுக்குள் இறுக்கிக் கொண்டேன். அவை என் கைகளில் மேலும் கீழும் குலுங்க ஆரம்பித்தன.

உள்ளங்கைக் குழிவிலிருந்து எம்பிக் குலுங்கும் மெல்லிய அசைவில் கற்கள் சுழன்று சுழன்று குறி சொல்லும் சங்கேத மொழியாக மாறி, கோடுகளில் சுழித் தோடுகிறது. என் மூதாதை முத்தேழ் நாய்க்கனின் மக்கிய வாசனை அறையெங்கும் புழுதி பரப்புகிறது.

கூழாங்கற்களின் நெகுநெகுப்பும் குளுமையும் உள்ளங்கையில் படுவதும் எழுவதுமான கணங்களில் காலம் பின்னோக்கி நகர ஆரம்பித்தது. கற்கள் கையில் படும்போது ஏற்படுகின்ற தொடு உணர்ச்சி கரத்தை முன்னோக்கி உந்த, வெற்று வெளியில் பட்டுத் திரும்பும் கற்கள் இப்போது வேறு விதமாய் இருக்கின்றன. கற்களின் சுழற்சி எனக்கு முன்னால் உயர்ந்து எழும்புகையில், நான் எதிரில் உட்கார்ந்திருந்தும் வெகு தொலைவிலிருக்கிறேன். எழும்புதலும் வீழ்தலுமான இடைவெளியின் தூரம் ஒரு அங்குலமேயிருந்தாலும் காலத்தினூடே தாவிய முடிவற்ற பாய்ச்சலின் நெடுந்தொலைவில் பயணம் போகின்றன. காலவெளியில் சுழல்கின்றன கற்கள்...

ராசா, திங்கள், செவ்வாய், புதன், வியாழன், வெள்ளி, சனி ஏன்று இந்த ஏழு கூழாங்கற்களைப் பரப்பிக் கல்குறி கட்டுகிறார் முத்தேழ். ஏழு முத்துக்களை வைத்து மனித வாழ்வின் தீர்க்க தரிசனங்களைக் கணிப்பதால், வம்சாவளி முழுக்க முத்தேழு என்ற பட்டம் தொடர்ந்து வருவதை அவரது கையில் குலுங்கிய கற்கள் சொல்லின. பல்வேறு வர்ண வடிவங்களில் உள்ள அக்கற்களைக் குலுக்கி 'ப' வடிவத்தைப் பக்கவாட்டில் திருப்பி வைத்தாற்போல மூன்று கோடுகளாய் வைக்கிறார்... கடந்தகாலம், நிகழ்காலம், எதிர்காலம் என மூன்று நிலைகளில் ஓடிக் கணிக்கும் அவை. மனிதனுக்கும் காலத்துக்குமான தாத்பரியத்தைக் கொண்டு சிருஷ்டித்த அந்தக் குறியீட்டு மொழியின் நம்பிக்கையில் மனித வாழ்நிலையின் தரிசனம் தெரிகிறது. குறியீடுகளின் நகர்வுகளில் தெரியும் தீர்வுகளில் மனிதன் ஆசுவாசப்படவும், எழுச்சி பெற்று எழுந்து நிற்கவுமான பிரசன்னம் அது.

முதல் கிடைமட்டக் கோட்டில் மூன்று கற்களும், அதிலிருந்து கீழிறங்கும் நேர்கோட்டில் இரண்டு கற்களும், மூன்றாவதான கிடைமட்டக் கோட்டில் இரண்டு கற்களுமாக வீடு கட்டும்போது சச்சதுரமாக அடைபடாமல் பொக்கை வாயாய்த் திறந்து கிடக்கிறது நாலாவது கோடு. இந்தக் கல்குறி

அமைப்பை, குறி கேட்பவனின் சாதிக்கேற்ப வலங்கை வழக்காகவும் இடங்கை வழக்காகவும் பொக்கைவாய் வரும்படி வீடு கட்டிக் குறி சொல்லும்போது புலனாகாத அவ்வொற்றைக் கோட்டில் நான்கு வர்ணங்களின் நிறங்கள் பிரிகின்றன. சாதீயத்தின் அடைபட முடியாத பொக்கைவாய், காலங்களற்றுச் சிரிக்கிறது.

முத்தேழ் கற்களைக் குலுக்கும்போது குறி கேட்பவன் தனக்குப் பிடித்தமான ஒரு கல்லை மனசுக்குள் குறித்து வைத்துக்கொள்ள வேண்டும். அவர் குறிக்கற்களைக் கட்டியதும், தான் குறித்து வைத்திருந்த கல்லை வெற்றிலைக் காம்பினால் தொடுவான் குறிகேட்பவன். கையளவு நம்பிக்கையில் விரியும் விசுவரூபக் குறியீடுகளை உசாவிக் குறி சொல்லுகிறார் முத்தேழ்.

கோடுகளின் ஒரு முனையிலிருந்து மற்றொரு முனைக்கான பயணம். மனித மனத்தின் நாபிக் கொடியிலிருந்து நம்பிக்கையின் மூச்சுக் குழலுக்கு, அபத்தத்தின் ஆறுதலிலிருந்து நிசத்தின் தரிசனத்திற்கு மற்றும் கடவுளிலிருந்து மனிதனுக்கு. அந்த அகண்ட பரப்பு முழுமைக்கும் படர்ந்து விரிகிற முத்தேழ் நாய்க்கரின் வாக்கு வன்மை என்பது அவருடையதல்ல. அவருடைய குருதி நாளங்களில் உறைந்திருக்கிற வம்சாவளியின் வாக்குப் பலிதம். குறிசொல்லி என்கிற ஒரு கோட்டையும் குறி கேட்பவன் என்கிற மற்றொரு கோட்டையும் இணைக்கும் செங்குத்தான நேர்கோடாய் இருபத்திநாலு நாட்டு மக்களும் திரண்டு அவரது கையில் கட்டிய கங்கணப்பலிதம்.

முத்தேழ் நாய்க்கரின் சொல் நீர், நிலம், நெருப்பு, காற்று, ஆகாயம் என்ற ஐம்பெரும் நிலைகளில் பயத்தையும் துக்கத்தையும் துடைத்துப் போடுவதைச் சகிக்க முடியாமல் உறுமித் திரிகின்றன பில்லி சூனியங்கள். தங்களது பிராந்தியத்தை அடித்து நொறுக்கு வதை இனியும் பொறுக்காமல் வெந்து சுழல்கிறது சூறைக்காத்து. தன் சிக்குப் பிடித்த தலையில் ஈறுகோளியில் ஈர்க்கிக் கொண்டே உதிர்ந்த முடியைச் சுழட்டி வீசுகிறது செந்தூலி.

சூன்யத்தின் இருட்குகையில் உயிர் பிடித்து வரும் குட்டிச் சாத்தானே அது ஏன அறிந்துகொண்ட முத்தேழின் கங்கணம் இறுகுகிறது. அவர் மீது வந்து மோதுகிற சூன்யவார்த்தைகளைத் திருகி இலந்தை முள்ளின் கூர்மையில் மாட்டினார். குருதி

கிழிந்த வார்த்தைகள் இலந்தைப் பழத்தில் செந்நிறமாகப் பாய்ந்து சொலித்தன. துளிர்த்துப் பசும் நிறமாகின. உதிரும் இலைகளில் பழுப்பாகின. படிமைகளாகின. நிலப்பகுதி யெங்கும் கெக்கலி கொட்டிச் சிரித்தன. கங்கணக் காப்புக்கும் கத்தாளைப் பூக்களுக்குமிடையே தடுமாறுகிறது சொல். தலை சுற்றி விழுந்த சொற்களைக் கொத்திக் கொண்டு பறந்து போயின காக்கைகள்.

சூனியத்தால் கட்டப்பட்டுவிட்ட முத்தேழ் நாய்க்கரின் குறிக்கற்கள் ஜடமாய் வீழ்ந்து கிடக்கின்றன. அவரது உடலெங்கும் சூழந்து இரத்த ஓட்டத்தில் பாய்ந்து கொத்திக் கொத்திப் பிடுங்கும் ஒலிச் சுருள்வாள். கங்கணக் காப்பில் சுருளும் மூதாதைகளின் முன்டாசுச் சுங்கு அசைந்து அசைந்து எழும்பும் போது தசைகள்தோறும் விம்முகின்ற வலி மார்புக் கூட்டில் வலிக்கிறது. கபாலமெங்கும் சுழன்றடிக்கும் சூறாவளியின் குரல்கற்றை ஜாலம் கானகத்தின் பசுமையைக் கிழிப்பதில் மும்முரம் கொள்கிறது.

காட்டின் துடிதுடிப்பு. சூரிய ஒளியின் மஞ்சள் கதிர்களில் நுழைந்த பருந்துகளின் சிறகடிக்கும் நிழல். மண்ணைக் கீறியெடுத்துப் போடும் ஏர்மேழியில் வாகாய்த் திரும்பும் திரடு கட்டிய கரங்களெல்லாம் இப்போது எங்கே? உன் கல்லெல்லாம் எங்கே போச்சு? கத்தாழங்காட்டுக்கு. உன் சொல்லெல்லாம் எங்கே போச்சு? செந்தூளங்குழிக்கு. முஷ்டியை இறுக்கிக் கங்கணக் கரத்தை உயர்த்தி நேருக்கு நேராய் அறைகூவல் விடுத்தார் முத்தேழ்.

“சாத்தாவூ...”

அது ஒரு மாயாஜாலத்தின் சிலிர்ப்பு. அந்த அழைப்பானது செய்வினையின் அனைத்துக் கட்டுகளையும் சிதறடித்து இருட்சுவரில் பதுங்கியிருந்த குரலின் செவி நாளங்களில் அறைந்து தள்ளியது. மறுகணம், கண் முன்னே நீண்டு படுத்திருந்த செம்மண் பாதை மறைகிறது. கம்மந் தட்டுக்களால் வேயப்பட்ட குச்சுகளும், வெயிலின் வேனலும் மறைகின்றன. ஆற்றின் தெளிந்த ஸ்படிகம், நிலத்தின் உருவம் எல்லாமே மறைந்து பிரம்மாண்ட மாய் எழுகின்றன குறிக்கற்களின் புதிர்க் கட்டங்கள்.

எதிரில் நின்றிருக்கிறதா அது? காற்றுச் சூறையில் தன் இயக்கத்தைச் சுருட்டிக் கொண்டு வெற்று வெளியில் பிணையப்

பட்டிருந்த உடலமாக எதிரில் முன்னேறிய சாத்தாவின் குரல் இருளில் முடையப்பட்டிருந்தது. சட்டென்று முத்தேழின் கங்கணக் கையில் பாய்ந்து சதைக் கூழாக உருக்கியெடுக்க ஆரம்பித்தது. தன் பலங்கொண்ட மட்டும் திமிறியெடுத்தார் முத்தேழ். தூசுகளை வளையமிட்டுக் கொண்டே முன்னும் பின்னும் நகர்ந்த அதன் வாசனையை உறிஞ்சியவாறே கத்தினார் முத்தேழ்.

“சாத்தாவு… நீ ஏன் என்னிடம் வம்புக்கு வருகிறாய்…?”

ஒரு நீண்ட கனைப்பொலி எழும்புகிறது சாத்தாவிடமிருந்து. இருட்குரலின் ஓலி சீரற்ற அசைவில் சீரான ஒலிச்சேர்க்கையில் வெடித்தது.

“பயமும் துணிவும் சேர்ந்ததே உடல்.. மகிழ்ச்சி துக்கத்தின் இணைவில் இயங்குவதே வாழ்வு… இந்தச் சூத்திரத்தை உடைக்கும் சொல்லை என்னால் அனுமதிக்க முடியாது…”

“வாழ்வின் ரகசியம் இவைகளுக்கப்பால்தானே உள்ளது… புலனாகாத அந்தப் புதிரை உடைத்து உடைத்து கடைசிச் சில்லில் பதுங்கியிருக்கும் பெருவெளியைத் தரிசிக்க வைக்கும் காரியத்தை எதிர்க்காதே சாத்தாவு…”

கெண்டை சிலுப்பித் தாவும் கட்டுச் சேவல்களாய் மாறுகின்றனர் இருவரும். மனித மனத்தின் இருண்ட பகுதிகளில் வெளிச்சமிடுகிறது சாத்தாவின் காலடியில் பதுங்கியிருக்கும் கத்திமுனை. கணித சாஸ்திரத்தின் கோடுகளை அழித்தொழிக்கும் வேத மந்திரங்களின் ஓயாத தொணதொணப்பில் உருகத் தொடங்குகிறது முத்தேழின் காலடி வீச்சு.

உலக்கையின் கருத்த நெகுநெகுப்பு முத்தேழின் உடலெங்கும் நீவிவிட்டது. இரும்புப் பூண் அழுந்த தசை நார்களைச் சுண்டியிழுக்கும் அதிர்வு உள்ளங்காலிலிருந்து உச்சந்தலைவரை எகிறுகிறது. அவரது உடலெங்கும் மரக்கிளைகள் பிளந்து ஒரு பெரிய விருட்சமாக மாறினார். அவரது அக்குளில் துளைத்திருந்த இலைக் கரங்களின்மீது படபடத்து ரெக்கைகளை விரித்துச் சுழன்றது கழுகு. அதன் ரெக்கைகளின் அனல் கக்கும் வெயிலின் வெம்மை சூடுபரத்தியது.

உதிரத் தொடங்கிய எதிரியின் செதில்களில் மினுமினுத்துச் சொன்னார் முத்தேழ், "எந்தப் புதிர் முடிச்சையும் அவிழ்க்கும் திராணி என் கையில் உண்டு."

"அப்படியானால் என் புதிரை அவிழ்க்க முடியுமா முத்தேழ்?"

சவாலை ஏற்றுக் கொண்டார் முத்தேழ். தோற்றுப் போகிறவர் எட்டு வருடங்களுக்கு ஜெயிப்பவரிடம் மிகவும் உண்மையுடன் அடிமைச் சேவகம் செய்ய வேண்டும்.

குறுக்கும் நெடுக்கும் வெட்டப்பட்ட கோடுகளில் சுழலும் ஏழுகல் மண்டபங்களின் வழி கால் எட்டிப் போடுகிறார் முத்தேழ். அவரது கையில் குலுங்கும் கற்களில் வாழ்வுக்கும் மரணத்துக்குமான போராட்டம். சாத்தாவின் புதிர்க்கட்டங்கள் வளையங்களாய் இறுக, அதில் தாவி ஏறி, நெகுநெகுப்பும் குளுமையும் உடலில் மாறிப் பாசம் படிந்த வழுக்குப் பாறையின் தலையில் மோதி திருகு வழியாய்ச் சுழலுகின்றன. கானத்தின் மௌனம் பாதவெடிப்புகளில் புகுந்து வழுக்கிவிழும் ஒவ்வொரு கணமும் புதிர்வழிச் சுழலின் மைய விதானத்தில் கேட்கிறது வண்டின் ரீங்காரம். இசைச் சுருளைப் பிடித்துக் கொண்டே கால் மாற்றிப்போட, கற்களின் ரத்த ஓட்டத்தில் மிதந்து உடைகிறது கரகரப்பான சுருதி. முத்தேழ் உன் கங்கணக் கரத்தை வீசு. முதல் வீச்சில் சூன்யத்தின் இருள் விலகட்டும்.

தோற்றுத் தொங்கும் தனது சடைமுடியைக் கொய்து முத்தேழின் முன் நீட்டுகிறது சாத்தாவு. தலை தாழ்ந்து வணங்கிய அதன் பணிவில் முத்தேழ் அதை மெச்சிக் கொண்டார். அதன் முடியை வாங்கி தன் தொடையைக் கிழித்து பத்திரமாய் உட்சொருகி தைத்து வைத்துக் கொண்டவர், சாத்தாவை எந்த ரீதியில் சேவகம் செய்ய அமர்த்துவதென யோசித்தார். அதன் வல்லமையடைந்த ரூபத்தை நிலத்தடி மண்ணைப் புரட்டிப் போடும் ஏர்முனையாக மாற்றினார்.

அடுத்த கணமே, உழவடித்து, விதை விதைத்து, பாத்தி கட்டி, தண்ணி பாய்ச்சி, உழவுப்பரப்பு முழுமைக்கும் தலையசைத்துச் சிரிக்கின்றன தானியங்கள். மனித உடலோ வெறும் சதைப் பிண்டமாக மாறும் அவலத்தை அவதானித்தார் முத்தேழ்.

காற்றாய்ச் சுழன்றடித்து, மழையாய்ப் பொழிந்து, நெருப்பாய்

பஸ்மீகரம் செய்யும் மனித சாத்தியமற்ற நிலைகளில் காலாடித் திரிந்தது சாத்தாவு. காலம் தப்புகிற பருவ மாறுதல்களின் அழிவையும், மனித வாழ்வின் சிதைவையும் கண்ணுற்ற முத்தேழ், ஞாலம் நிறைந்த சாத்தாவின் வல்லாண்மையை மானுடத்துக்காய் மாற்றிவிட முடியுமா என்று யோசிக்க ஆரம்பித்தார்.

சட்டென அவருக்குள் மின்னல் வெட்டியது. இந்த ஞாலத்தில் புதைந்திருக்கும் மாந்திரீகப் பிரக்ஞையைக் குறிசொல்லில் இணைத்து மானுட வாழ்வியலின் தீர்க்கத்தை மீட்டெடுத்தால் என்ன?

சாத்தாவை எட்டாவது கல்லாக மாற்றி கல்குறியமைப்பில் வீடுகட்டி வைத்தார் முத்தேழ். அடுத்த கணமே பொக்கை வாயாய்த் திறந்து கிடந்த கல்குறி அமைப்பு சச்சதுரமாக மாறியது. இடங்கை வலங்கை வழக்காரங்கள் கல்குறி கட்டும்போது திகைத்துக் காணாமல் போயின. காலங்காலமாய் மனிதனால் அழிக்க முடியாத சாதியத்தின் வர்ணபேதங்களை சாத்தாவு அழித்தொழித்தது. அடைப்புக் குழிக்குள் அடைபடாத காரியங்களைக் கைகொள்ள எழும் நாலாவது கோட்டில் நிறபேதங்களை அழிக்கும் எட்டாவது கல்லாக மாறி உட்கார்ந்தது சாத்தாவு. முழுமையடையாத கல்குறிச் சட்டகத்தை மனிதனும் யட்சனும் இணைந்த எதிர் தரிசனத்தில் பூரண முழுமையாக்குகிறது. நான்கு பரிமாணங்களில் சொலிக்கிறது சட்டகம்.

இப்பொழுது அமைப்பின் சதுரப் படிவு குறி கேட்பவனின் மைய அச்சில் நிறபேதம் கொள்ளாமல் செம்புத் தகடுகளில் சுருள்கிறது. குறி கேட்பவனின் குறிக்கல் எட்டாவது கல்லான சாத்தாவாக அமைந்து விட்டால், அவனது வாழ்நிலையை மேம் படுத்தும் முடிகயிறாய்த் திரிகிறது சாத்தாவு. மனித அத்துக்குக் கட்டுப்படாத விசயங்களை சாத்தாவின் ஆற்றல் உள்ளங்கையில் குறுக்குகிறது.

கூழாங்கற்கள் உயர்வதும் எழுவதுமான காலங்களின் நகர்வில் முத்தேழும் சாத்தாவும் சுற்றித் திரிந்தனர். அந்த நிலப் பகுதி முழுவதும் சாத்தாவின் தரிசனத்தில் சூரியனும் சந்திரனும் மாறி மாறி வந்து போயின. ஒரு நீண்ட காற்றடிக் காலத்தின் சாயங்காலப் பொழுதில் வந்து சேர்ந்தான் ஒருவன். கருத்த திரேகமுடைய அவனது திரண்ட உடலில், நீண்ட

பிரயாணத்தில் படர்ந்த புழுதி அப்பியிருந்தது.

வைக்கோற்புரி திரித்துக் கொண்டிருந்த முத்தேழ் அவனைப் பார்த்ததும் வெகுநாள் பழகிய சிநேகிதனின் பார்வை அவருக்குள் சரேலென அடித்தது. குறிகேட்க வந்திருப்பான் என்று அவனை உபசரித்துத் திண்ணையில் உட்காரச் சொல்லி விட்டு, குறிக் கற்களை எடுத்து வர வீட்டுக்குள் போனார். தலைவேட்டியில் தூசுகளை தட்டி விட்டுக் கொண்டே, வைக்கோல் சுருணையை வீட்டுக்குள் வைத்து விட்டு ஓலைப்பெட்டியை எடுப்பதைப் பார்த்துக் கொண்டிருந்தன கற்கள். அவைகளை எடுத்துக் குலுக்கிக் கொண்டே திண்ணைக்கு வந்தார். அவன் மீது குறுக்கு வெட்டாய் சரிந்திருந்த வெயில்பட்டு உடல் செதில்களாய் மினுமினுத்தது. கல்குறி கட்டுவதற்கு வாகாகத் திண்ணையில் உட்கார்ந்து, கற்களைக் குலுக்க ஆரம்பித்தார் முத்தேழ். அவரது உள்ளங்கைக்குள் குலுங்கிய குறிக்கற்களின் அளவு மாறுபட்டது. அவர் பதற்றத்துடன் கற்களை எண்ணிப் பார்த்தார். ஏழு கற்கள் மட்டுமேயிருந்தன.

எதிரே நிற்கிறது சாத்தாவு. திகைத்துப் போன முத்தேழ் சடுதியில் உணர்ந்து கொண்டார்.

“முத்தேழ் என் காலம் முடிந்தது. நான் போக வேண்டும். என் முடியைக் கொடு.” முடிந்த முடிவாக எதிரொலித்தது எதிரேயிருந்த குரல்.

மார்பு படபடக்கக் கூர்தீட்டிப் பார்க்கும் முத்தேழின் கண்களில் கல்குறி அமைப்பின் சிருஷ்டிகரம் உடைகிறது. காலத்தைத் தாண்டிய பொழுது அவரது முன் தலையில் வெப்பமாய்ச் சுடுகிறது. முழுமையான கல்குறி அமைப்பின் சட்டகம் உடைந்து பொக்கைவாயாய் இளிக்கிறது. சாதீயத்தின் கோரத் தாண்டவம் மூன்று கோடுகளிலும் மாறி மாறி நடக்கிறது. முத்தேழின் தலை முழுக்க வலி முடிச்சுகள் இறுகுகின்றன. அவருக்குள் ஓடிய எண்ண ஓட்டங்களின் இடுக்குகளில் பட்டுப் பட்டுத் தெறித்து வீழ்ந்தவர், ஒரு கணத்தில் பிரகாசமாய் எழுந்து உட்கார்ந்தார். இப்பொழுது அவரது முகமெங்கும் வெற்றிக் களிப்பு சொலித்து நிற்க, சாத்தாவை வெற்றிப் பெருமிதத்துடன் பார்த்தார். முடிந்த முடிவாய் தலையாட்டிக் கொண்டு எழுந்து கம்பீரத்துடன் வீட்டுக்குள் நடந்த அவரது கால்களில் இடறியது வைக்கோல்

சுருணை.

மெல்ல அதை லாவகமாய் எடுத்துச் சுற்றி விட்டத்தில் வீசினார். கீழ் நோக்கித் தொங்கிய அதன் முனையில் சுருக்கு மாட்டிய நுட்பத்தில், கல்குறி அமைப்பு என்றென்றைக்கும் சிதையாக அற்புதமாய் மாறுகிற அற்புதத்தை நிகழ்த்தினார் முத்தேழ். அந்தரத்தில் அசைபடும் சுருணையின் சுருக்குக் கண்ணியில் தனது தலையை மாட்டிக்கொண்டு சரேலெனத் தொங்கினார் முத்தேழ்.

அந்த அகாலத்தில், காலங்களற்று மாட்டிக்கொண்டது சாத்தாவு.

என் உடம்பெங்கும் ஓடிக்களித்த கூழாங்கற்களின் குளுமை நிகழின் வெய்யிலில் மறையத் தொடங்கியது. உள்ளங்கைக்குள் அடங்கியிருந்த கற்கள் காலங்களற்ற துள்ளலுடன் என்னை அழைத்தன. சாத்தாவை வேண்டிக் கொண்டே ஆசுவாசத்துடன் கற்களைக் குலுக்கி வீடு கட்டத் தொடங்கினேன் சச்சதுரமாய்.

(நன்றி: உன்னதம்)